ஆகஸ்ட் போராட்டம்

தமிழகத்தில் வெள்ளையனே வெளியேறு இயக்கம்

ஆகஸ்ட் போராட்டம்
தமிழகத்தில் வெள்ளையனே வெளியேறு இயக்கம்

ஆ. சிவசுப்பிரமணியன் (1943)

'வெள்ளையனே வெளியேறு', 'செய் அல்லது செத்துமடி' என்ற முழக்கங்களுடன் 1942 ஆகஸ்ட் திங்களில் தொடங்கிய போராட்டம், இதற்கு முன்னர் நிகழ்ந்த விடுதலைப் போராட்டங்களிலிருந்து மாறுபாடானதாகும். தம் உள்ளத்தில் நீண்டகாலமாக நீறுபூத்த நெருப்பாக இருந்த விடுதலைக்கனலை, பெரும் நெருப்பாக, இந்திய மக்கள் பற்றி எரியச் செய்த போராட்டமாக இப்போராட்டம் அமைந்தது. சவுக்கடி, கூட்டு அபராதம், துப்பாக்கிச் சூடு, அடி உதை, சொத்துப் பறிமுதல், உடைமைகளைச் சேதப்படுத்தல், கொள்ளையடித்தல், சிறைத்தண்டனை என வெள்ளையரசு இப்போராட்டத்தின் மீது தாக்குதல் தொடுத்தது. இப்போராட்டம் தொடர்பான தமிழ்நாட்டு நிகழ்வுகளை இச்சிறுநூல் தொகுத்துரைக்கிறது.

ஆ. சிவசும்பிரமணியன் தமிழகத்தின் முக்கிய சமூக விஞ்ஞானிகளுள் ஒருவர். தூத்துக்குடி நகரில் வாழ்ந்து வரும் இவர் நாட்டார் வழக் காற்றியல், அடித்தள மக்கள் வரலாறு ஆகிய துறைகளில் நூல்கள் எழுதியுள்ளார். இந்திய விடுதலைப் போராட்ட வரலாற்றில் தமிழகத்தின் பங்களிப்பு குறித்து ஆராய்வதிலும் ஆர்வம் கொண்டவர். பேராசிரியர் நா. வானமாமலையின் மாணவர். *நா. வா.வின் ஆராய்ச்சி, நாட்டார் வழக்காற்றியல்* ஆகிய ஆய்விதழ்களின் ஆசிரியர் குழு உறுப்பினர்.

ஆசிரியரின் பிற நூல்கள்

- ❖ பொற்காலங்கள் – ஒரு மார்க்ஸிய ஆய்வுரை (1981)
- ❖ அடிமைமுறையும் தமிழகமும் (1984)
- ❖ வ.உ.சி.யும் முதல் தொழிலாளர் வேலைநிறுத்தமும் (1986)
- ❖ ஆஷ் கொலையும் இந்தியப் புரட்சி இயக்கமும் (1986)
- ❖ மந்திரம் சடங்குகள் (1988)
- ❖ பின்னி ஆலை வேலைநிறுத்தம், 1921 (1990)
  (இணையாசிரியர்: ஆ. இரா. வேங்கடாசலபதி)
- ❖ எந்தப் பாதை (2000)
- ❖ வ.உ.சி. – ஓர் அறிமுகம் (2001)
- ❖ கிறித்தவமும் சாதியும் (2001)
- ❖ தமிழ் அச்சுத் தந்தை அண்ட்ரிக் அடிகளார் (2003)
- ❖ அடித்தள மக்கள் வரலாறு (2003)
- ❖ தமிழகத்தில் அடிமை முறை (2005)
- ❖ நாட்டார் வழக்காற்றியலும் அரசியலும் (2006)
- ❖ பஞ்சமனா பஞ்சயனா (2006)
- ❖ தோணி (2007)
- ❖ கிறிஸ்தவமும் தமிழ்ச் சூழலும் (2007)
- ❖ கோபுரத் தற்கொலைகள் (2007)
- ❖ வரலாறும் வழக்காறும் (2008)

பதிப்பு

- ❖ பூச்சியம்மன் வில்லுப்பாட்டு (1989)
- ❖ தமிழக நாட்டுப்புறப் பாடல் களஞ்சியம் (தொகுதி 10) (2003)
- ❖ தமிழக நாட்டுப்புறக் கதைக் களஞ்சியம் (தொகுதி 10) (2004)
- ❖ உபதேசியார் சவரிராயபிள்ளை 1801 – 1874 (2006)
- ❖ கல்லறை வாசகப்பா – கூத்து நாடகம் (2007)
- ❖ பெரியநாயகம் பிள்ளை தன் வரலாறு (2008)

குறுநூல்கள்

- ❖ எந்தப் பாதை (1992)
- ❖ தர்காக்களும் இந்து இஸ்லாமிய ஒற்றுமையும் (1997)
- ❖ பிள்ளையார் அரசியல் (1999)
- ❖ சமபந்தி அரசியல் (2000)
- ❖ பண்பாட்டு அடையாளப் போராட்டங்கள் (2000)
- ❖ மதமாற்றத்தின் மறுபக்கம் (2002)
- ❖ விலங்கு உயிர்ப்பலித் தடைச் சட்டத்தின் அரசியல் (2003)
- ❖ புதுச்சேரி தந்த நாட்குறிப்புகள் (2006)

ஆ. சிவசுப்பிரமணியன்

ஆகஸ்ட் போராட்டம்
தமிழகத்தில் வெள்ளையனே வெளியேறு இயக்கம்

காலச்சுவடு பதிப்பகம்

ஆகஸ்ட் போராட்டம் ◆ இந்திய விடுதலை இயக்க வரலாறு ◆ ஆசிரியர்: ஆ. சிவசுப்பிரமணியன் ◆ © ஆ. சிவசுப்பிரமணியன் ◆ முதல் பதிப்பு: டிசம்பர் 2008 ◆ வெளியீடு: காலச்சுவடு பதிப்பகம், 669 கே. பி. சாலை, நாகர்கோவில் 629 001 ◆ தொலைபேசி : 91-4652 – 278525 ◆ தொலை நகல்: 91-4652 –402888 ◆ மின்னஞ்சல்: kalachuvadu@sancharnet.in ◆ அச்சுக்கோப்பு: சுதர்சன் புக் புராசசர்ஸ் அன்ட் டிஸ்ட்ரிப்யூட்டர்ஸ் ◆ அட்டை அச்சாக்கம்: பிரிண்ட் ஸ்பெஷாலிட்டீஸ், சென்னை 600 014 ◆ அச்சாக்கம்: மணி ஆஃப்செட், சென்னை 600 005.

காலச்சுவடு பதிப்பக வெளியீடு: 264

aakasT pooraaTTam ◆ History of Indian Freedom Movement ◆ Author: aa. civacuppiramaNiyan ◆ © A. Sivasubramanian ◆ Language: Tamil ◆ First Edition: December 2008

Published by Kalachuvadu Pathipppagam, 669 K.P. Road, Nagercoil 629 001, India ◆ Phone:91-4652 - 278525 ◆ Fax: 91-4652 -402888 ◆ e-mail: kalachuvadu@sancharnet.in ◆ Typesetting: Sudarsan Book Processors and Distributors

ISBN: 978-81-89945-53-4

12/2008/S.No.264, kcp 416, 18.6 (1) 600

தூத்துக்குடி
வ.உ. சிதம்பரம் கல்விக் கழகங்களின் செயலர்
திரு. வீ. சொக்கலிங்கம் அவர்களுக்கு

பொருளடக்கம்

முன்னுரை

'அக்கா', 'அக்கா' என்று திரும்பத் திரும்பக் கூறிக் கொண்டு சிறகடித்துப் பறக்கவியலாது, சிறு கூண்டுக்குள் முடங்கிக் கிடக்கும் கூண்டுக் கிளியை நோக்கி, 'அக்கா வந்து கொடுக்க சுக்கா? மிளகா? சுதந்திரம் கிளியே!' என்று வினவினார் பாரதிதாசன். ஆம் விடுதலை என்பது கடைச்சரக்கல்ல. யாரோ, சில தனிமனிதர்கள் நமக்கு வாங்கித் தருவதற்கு.

ஆனால் இந்தியநாட்டு விடுதலையைப் பொறுத் தளவில், சில தனிமனிதர்களின் செயல்பாடுகளினால் மட்டுமே நமக்கு விடுதலை கிட்டியது என்ற கருத்து அழுத்தமாகப் பதிவு செய்யப்பட்டுள்ளது. இதன் வெளிப் பாடாகவே தொடக்கநிலை வகுப்புக்களில், 'இந்தியாவுக்கு சுதந்திரம் **வாங்கிக் கொடுத்தது யார்?**' என்ற வினாவும் 'மகாத்மா காந்தி' என்ற விடையும் இன்றளவும் கற்றுக் கொடுக்கப்படுகின்றன. இந்திய விடுதலையானது 'கத்தி யின்றி இரத்தமின்றி' நிகழ்ந்த போராட்டங்களினால், ஒப்பந்தம் வாயிலாகப் பெறப்பட்ட ஒன்று என்ற கருத்து 'விடுதலை வரலாறு' என்ற பெயரில் கல்விக்கூடங்களில் பதிய வைக்கப்படுகிறது. தமது 'புதிய மொட்டுகள்' என்ற நாவலில், பேச்சாளர் ஒருவரின் சுதந்திரநாள் உரை குறித்து கதைமாந்தர் ஒருவரின் கூற்றாக,

ஏதோ வெள்ளைக்காரன் என்கிற ஒருவன் எலுமிச்சம் பழுத்த மடியில வச்சிருந்த மாதிரி, சுதந்திரத்தையும் மடியில கட்டிக்கிட்டு திரிஞ்சது போலவும், காந்தியும் நேருவும் அவனைத் தாஜா பண்ணியும் பயங்காட்டியும், கூடிப்பேசியும், கோபப்பட்டும் எப்படியோ தந்திரமா அதத் தட்டிப் பறிச்சிட்டது போலவும், இப்ப அது நேருவின் சட்டப்பைக்குள்ள இருக்கிறது போலவும் தான் அவர் பேசினாரு. மயில்ராவணன் கதையைக் கேட்கிறமாதிரி இருந்தது (பக்கம் 48)

என்று பொன்னீலன் குறிப்பிடுவது வேடிக்கையான ஒன்றல்ல. இப்படித்தான் நமது விடுதலை வரலாறு கற்றுக்கொடுக்கப் படுகிறது.

1946இல் மும்பையில் நிகழ்ந்த இந்தியக் கடற்படை வீரர்களின் எழுச்சி, இதனையொட்டி மும்பை, கராச்சி, பெங்களூர் ஆகிய நகரங்களில் விமானப்படை வீரர்கள் நிகழ்த்திய போராட்டம், இந்திய தேசிய இராணுவத்தின் தோற்றம், காவல் துறையினரில் ஒரு பகுதியினர் மேற்கொண்ட வேலைநிறுத்தம் என்பனவெல்லாம் வெள்ளையரசின் அடக்குமுறை இயந்திரத்தில் ஏற்பட்ட கீறல்களாகும். இக்கீறல்கள் பெரும் வெடிப்புகளாக மாறும் வாய்ப்பை வெள்ளையரசு உணர்ந்தது. மற்றொருபக்கம் அஞ்சல்துறை, இரயில்வே துறை ஊழியர்கள் 1946 செப்டம்ப ரில் பிரம்மாண்டமான வேலைநிறுத்தத்தை நடத்தினார்கள். ஏற்கெனவே மும்பை கடற்படை வீரர்களின் போராட்டத்தின் போது அவர்களுக்கு ஆதரவாக மும்பை நகரின் தொழிலாளர் கள் ஊர்வலங்கள், ஆர்ப்பாட்டங்கள் நடத்தி, தவிர்க்க முடியாத சக்தியாகத் தாங்கள் உருப்பெற்றுவிட்டதை வெளிப்படுத்தி யிருந்தனர்.

அரசியல் ஆதிக்கத்தின் வாயிலாகவே காலனியம் தன் பொருளாதாரச் சுரண்டலை நிகழ்த்தும். இரண்டாவது உலக யுத்தத்தின் விளைவாக ஏற்பட்ட பின்னடைவுகளைச் சீர்செய்ய வேண்டியிருந்த இங்கிலாந்து, எழுச்சிபெற்றுவிட்ட பரந்துபட்ட இந்தியநாட்டை அடக்கியாள்வதென்பது எளிதானதல்ல என்பதை உணர்ந்தது. மேலே குறிப்பிட்டதுபோன்று அதன் அடக்குமுறை இயந்திரங்களில் கீறல் உருவாகிவிட்டது. 'கூலிகள்' என்று அழைக்கப்பட்ட ஆலைத் தொழிலாளர்கள் அரசியல் உணர் வுடன் கூடிய தனிப்பெரும் சக்தியாக உருப்பெற்றுவிட்டனர். இரண்டாவது உலகப் போருக்காக உருவாக்கப்பட்ட படைப் பிரிவுகள் கலைக்கப்படும்போது, அதில் பணிபுரிந்த இந்தியக் கிராமப்புர இளைஞர்கள் தம் ஊர்களுக்கு வேலையற்ற இளைஞர் களாகச் செல்ல வேண்டியதிருந்தது. வயிற்றுப்பிழைப்பிற்காக, இப்படைப்பிரிவுகளில் சேர்ந்து, தமக்கு முன்பின் அறிமுக மில்லாத நாடுகளிலும் பழக்கப்படாத தட்பவெப்பச் சூழலிலும் போராடிய இந்திய இளைஞர்கள் நவீன ஆயுதங்களைக் கையாள் வதிலும் போரிடுவதிலும் ஆற்றல் மிகுந்தவர்கள் என்பதை உணர்த்தியிருந்தனர். ஊதியத்திற்காகப் போராடிய இவர்கள் அரசியல் உணர்வுடன் போராடினால் என்ன ஆகும் என்பதை ஏற்கெனவே இந்திய தேசிய ராணுவம் வெளிப்படுத்தியிருந்தது. கடன்சுமை, வறுமை, பஞ்சம் என்பன இந்தியக் கிராமங்களைக் கடுமையாகத் தாக்கின. இத்தகைய சூழலில் அரசியல் ஆதிக்கம், பொருளாதார ஆதிக்கம் என்ற இரண்டையும் ஒருசேரத் தக்க

வைத்துக்கொள்ள முடியாது என்பதையுணர்ந்த வெள்ளையரசு, ஆட்சி அதிகாரத்தைக் கைவிட்டு, பொருளாதார ஆதிக்கத்தைத் தக்க வைத்துக்கொள்ள முடிவெடுத்தது. ஏனெனில் அரசியல் ஆதிக்கத்தை இனியும் தொடர்ந்தால், அதற்கு எதிராக ஏற்படும் மக்கள் எழுச்சி, பொருளாதார ஆதிக்கத்தையும் முற்றிலும் துடைத்தெறிந்துவிடும் என்பதை வெள்ளையரசு நன்றாகவே உணர்ந்திருந்தது. எனவேதான், தன் பொருளாதார நலனைப் பாதுகாக்கும் வழிமுறையாக ஒப்பந்தம் வாயிலாக விடுதலையை வழங்கியது. இதன் வாயிலாக, பெரும் மூலதனம் கொண்ட தேயிலை, காப்பி, ரப்பர் தோட்டங்கள், நூற்பாலைகள், நெச வாலைகள், மின்விநியோகம், சிகரெட் உற்பத்தி, பெட்ரோலியப் பொருட்கள் விநியோகம், வங்கிகள் போன்றவற்றை வழக்கம் போல் தனக்குரிமையாகக் கொண்டிருந்தது.

இந்திய மக்கள் சக்திமீது, வெள்ளையர்களுக்கு அச்சத்தை ஏற்படுத்திய முக்கிய நிகழ்வாக 'வெள்ளையனே வெளியேறு' இயக்கம் அமைந்தது. பொதுமக்களின் தன்னியலான எழுச்சி யாக அமைந்த வெள்ளையனே வெளியேறு இயக்கம், மக்களின் போராட்ட குணத்தை மட்டுமன்றி ஆங்கில அரசின் ஆதிக்க வெறியையும் வெளிப்படுத்தியது.

1942 ஆகஸ்ட் இயக்கம் தொடர்பாகப் பல்வேறு இயக்கங்கள் பல்வேறு நிலைப்பாடுகளைக் கொண்டிருந்தன. இது குறித்து விரிவாக விவாதிக்க வேண்டும். எனினும் சுருக்கமாக இதைக் குறிப்பிட்டுள்ளேன்.

இந்திய விடுதலைப்போராட்ட வரலாற்றின் முக்கியக்கட்ட மான 'வெள்ளையனே வெளியேறு' இயக்கத்தின் வரலாற்றுப் பின்புலத்தையும் இவ்வியக்கத்தையொட்டி தமிழ்நாட்டில் நிகழ்ந்த நிகழ்வுகளையும் இந்நூல் வெளிப்படுத்துகிறது. இந்திய விடுதலைக் காக நம் முன்னோர்கள் எதிர்கொண்ட இன்னல்களையும், அவர் களது போராட்ட உணர்வையும் காலனியத்தின் கொடூர முகத்தை யும், இன்றைய இளைஞர்கள் புரிந்துகொள்ள வேண்டும் என்பதே இந்நூலை உருவாக்கியதன் நோக்கமாகும். இந்த வகையில் இது ஒரு தொகுப்பு நூலேயன்றி ஆய்வு நூல் அல்ல.

○

இந்நூலை எழுதத் தூண்டியதுடன் குறுகிய காலத்தில் இதை அச்சிட்டு வெளியிட்டுள்ள திரு. கண்ணனுக்கும், சில கட்டுரை களையும், நூல்களையும் குறிப்பிட்டுதவிய திரு. தமிழ்ச்செல்வன், திரு. சின்னகண்ணு (விவரச்சுவடிப் பிரிவு, தமிழ்நாடு அரசு ஆவணக் காப்பகம், சென்னை), முனைவர் ஆ. இரா. வேங்கடாசலபதி (சென்னை வளர்ச்சி ஆராய்ச்சி நிறுவனம், சென்னை),

சகோ. அருளானந்த மேரி (முதல்வர், புனித மரியன்னை கல்லூரி, தூத்துக்குடி), ஆங்கில மேற்கோள்களின் மொழிபெயர்ப்பைச் செழுமைப்படுத்தியுதவிய பேராசிரியர் ரகு அந்தோனி (வ.உ.சி. கல்லூரி, தூத்துக்குடி), கையெழுத்துப் படியைத் தயாரித்துதவிய செல்வி மெர்ஸி, செல்வன் ஜெய்சிங், கணினியில் தட்டச்சு செய்த திருமதி ஜே. ஜெயா, பா. கலா ஆகியோருக்கு என் நன்றி உரியது.

1948இல் வெளியான 'ஸி. வி. ராஜகோபாலாச்சாரி' எழுதிய சிறு நூலை வழங்கி உதவிய தோழர் தேவபேரின்பன் அவர் களுக்கு என் நன்றி உரியது.

குலசேகரன்பட்டினத்திலுள்ள லோன் என்பவரின் கல்லறையைப் புகைப்படமெடுத்துதவிய தோழர்கள் லெ. முத்துராஜ், பீட்டர் ஆரோக்கியராஜ் இருவருக்கும் என் நன்றி உரியது.

◯

இந்திய விடுதலைக்குப் பின் தேசியத் தலைவர்களின் பெயரில் மணிமண்டபங்கள், பூங்காக்கள், சாலைகள் ஆகியனவற்றை அமைத்து மகிழ்ந்த காலகட்டத்தில் (1947-1950) வ.உ.சி. யின் பெயரால் கல்வி நிறுவனங்களை உருவாக்கி வளர்த்தவர் திரு. ஏ.பி.சி. வீரபாகு அவர்கள். தனியார் கல்லூரிகளில் இட ஒதுக்கீட்டு முறை நடைமுறைப்படுத்தப்படும் முன்னரே, தமது கல்வி நிறுவனங்களில் ஆசிரியர்களாகவும், அலுவலக ஊழியர்களாகவும் பிற்படுத்தப்பட்டோர், தலித்துக்கள், இஸ்லாமியர், கிறித்தவர் ஆகியோரை நியமித்து மகிழ்ந்த இவர் ஆழ்ந்த சிவபக்தர். இவரது சிவபக்தி இவற்றிற்கெல்லாம் தடையாக இருக்கவில்லை!

இவரது மறைவிற்குப் பின்னர் இவரது மகன் திரு. வீ. சொக்க லிங்கம் தந்தையின் வழியிலேயே இக்கல்வி நிறுவனங்களைத் திறம்பட நடத்தி வருகிறார். கல்வி வாணிபப்பொருளாக மாறி விட்ட இன்றையத் தமிழ்நாட்டுச் சூழலில், பணி நியமனத்திற்கும், மாணவர் சேர்க்கைக்கும் நன்கொடை வாங்காமையும், சாதிய சமயச் சார்பற்ற தன்மையைப் பேணி வருவதும் இவரது சிறப்பான பண்புகள். அன்னாருக்கு இந்நூலைக் காணிக்கையாக்கி மகிழ்கிறேன்.

'பாரதி'
2/36 அ, மூன்றாம் குறுக்குத் தெரு
தபால் தந்தி குடியிருப்பு (மேற்கு)
தூத்துக்குடி 628 008
a.sivasubramanian@gmail.com

ஆ. சிவசுப்பிரமணியன்
30.09.2008

இந்திய விடுதலை இயக்கத்தின் முக்கியக் கட்டங்கள்

இந்திய விடுதலைப் போராட்டம் பல்வேறு கட்டங்களாக நிகழ்ந்துள்ளது. 18ஆம் நூற்றாண்டில் சன்னியாசிகள் புரட்சி, சூயார் புரட்சி, 19ஆம் நூற்றாண்டில் வஹாபி எழுச்சி, ஹோலிகள் எழுச்சி, திப்புசுல்தான் மற்றும் தளவாய் வேலுத் தம்பி ஆகியோர் தலைமையில் நிகழ்ந்த போராட்டங்கள், ஜாட்டுகள், இராஜபுத்திரர் எதிர்ப்பு ஆகியன இவற்றுள் குறிப்பிடத்தக்கவை.

1857இல் நிகழ்ந்த சிப்பாய் எழுச்சி இந்திய விடுதலை இயக்கத்தில் குறிப்பிடத்தகுந்த நிகழ்வாகும்.

ஆனால் இவையெல்லாம் வட்டாரத் தன்மையோடு நிகழ்ந்தவை. பரந்துபட்ட இந்தியா முழுவதையும் இணைத்த போராட்டங்கள் 20ஆம் நூற்றாண்டின் தொடக்கத்தில்தான் நிகழ்ந்தன. 1905இல் வங்கப் பிரிவினை அறிவிக்கப்பட்ட பின்னர் அதை எதிர்த்து சுதேசியக் குறிக்கோளை வலியுறுத்தி சுதேசி இயக்கம் 1906, 1907, 1908 ஆகிய ஆண்டுகளில் மிகுந்த உத்வேகத் துடன் நிகழ்ந்தது. ஆயினும் இவ்வியக்கம் நகர்ப்புறங் களில் நிகழ்ந்த அளவிற்கு, கிராமப்பகுதிகளில் நிகழ வில்லை. படித்த மத்தியதர வர்க்கத்தினரின் பங்களிப்பு குறிப்பிடத்தகுந்த அளவில் இருந்தது.

மற்றொரு பக்கம் இளைஞர்களை உறுப்பினராகக் கொண்ட பயங்கரவாதப் புரட்சி இயக்கங்கள் குழுக் களாகச் செயல்பட்டன.

                          ஆ. சிவசுப்பிரமணியன்

காந்தியின் வருகைக்குப் பின்னரே இந்தியா முழுவதை யும் இணைத்து, பரந்துபட்ட மக்கள் இயக்கம் உருவானது. 1920 ஆம் ஆண்டில் 'ஒத்துழையாமை இயக்கமும்' 1930 ஆம் ஆண்டில் 'சிவில் சட்ட மறுப்பு இயக்கமும்' 1942 ஆம் ஆண்டில் 'வெள்ளையனே வெளியேறு இயக்கமும்' மூன்று முக்கியக் கட்டங்களாக அமைந்தன.

இவை தவிர நேதாஜி தலைமையில் இந்திய தேசிய இராணுவம் உருவானது, மும்பை கடற்படை வீரர் எழுச்சி, கான்பூர் ஆகாயப்படை வீரர்கள் எழுச்சி, சிட்டகாங் ஆயுதச் சாலைக் கொள்ளை ஆகியனவும் குறிப்பிடத்தக்க நிகழ்வுகளாய் அமைந்தவை. ஆனால் கல்விச்சாலைகளின் வரலாற்றுப் பாடநூல்களில் இவை மிகக் கவனமாகத் தவிர்க்கப்பட்டவை.

தமிழ்நாட்டில் விடுதலை இயக்கம்

வெள்ளையர் எதிர்ப்பு என்பது 18 ஆம் நூற்றாண்டின் இறுதிப் பகுதியில் பாளையக்காரர் மற்றும் குறுநில மன்னர் களால் தமிழ்நாட்டில் நிகழ்த்தப்பட்டது. புலித்தேவர், கட்ட பொம்மன், ஊமைத்துரை, மருது சகோதரர்கள், தீரன் சின்னமலை, அழகுமுத்துக் கோன் ஆகியோர் இக்கால கட்டத்தில் வெள்ளையர் எதிர்ப்புப் போராட்டத்தை முன் நின்று நடத்தினர்.

1806 ஆம் ஆண்டில் நிகழ்ந்த வேலூர் எழுச்சி குறிப்பிடத் தக்க ஒன்றாகும். வட இந்தியாவில் 1857 இல் நிகழ்ந்த சிப்பாய் எழுச்சிக்கு அரை நூற்றாண்டுக்கு முன்னரே கிழக்கிந்தியக் கம்பெனி இராணுவத்தில் பணியாற்றிய இந்திய வீரர்கள் இக்கிளர்ச்சியை நிகழ்த்தியுள்ளமை குறிப்பிடத்தக்க ஒன்றாகும்.

இக்கிளர்ச்சியில் இந்து, முஸ்லிம் என்ற இருதரப்பினரும் ஒன்றாக இணைந்து செயல்பட்டனர். அத்துடன் பல்வேறு சாதியினரும் கலந்துகொண்ட கிளர்ச்சியாகவும் இது அமைந்தது.

வடமாநிலங்களில் மஹாராஷ்டிரம், வங்கம் என்ற இரு மாநிலங்களுக்கு இணையாக சுதேசி இயக்கம் தமிழ்நாட்டில் நிகழ்ந்துள்ளது. வ.உ.சி., பாரதி, சுப்ரமணிய சிவா ஆகியோரின் துடிப்பான செயல்பாடுகள் சுதேசி இயக்கத்தின் முக்கியத் தளங்களில் ஒன்றாகத் தமிழ்நாட்டை மாற்றின.

சுதேசிக் குறிக்கோளை முன்வைத்து 'சுதேசி ஸ்டீம் நேவிகேஷன் கம்பெனி' என்ற பெயரில் பொதுமக்களைப் பங்குதாரர்களாகச் சேர்த்து கப்பல் நிறுவனம் ஒன்றை 1906 இல் தூத்துக்குடியில் வ.உ.சி. தொடங்கினார். ஒரு தொழிலாக

  ஆகஸ்ட் போராட்டம்

அல்லாமல், 'சுதேசியம்' என்ற அரசியல் நோக்கத்தை வெளிப்படையாக முன்வைத்து தொடங்கப்பட்ட கப்பல் நிறுவனமாக இது அமைந்தது. இந்தியாவில் முதல் முறையாக ஓர் அரசியல் வேலைநிறுத்தத்தை, 1908இல் வ.உ.சி. கைதானதைக் கண்டித்து தூத்துக்கடி நகரத் தொழிலாளர்கள் நடத்தினர்.

திருநெல்வேலி மாவட்டத்தின் ஆட்சித் தலைவராக இருந்த ஆர்.டபிள்யூ. ஆஷ் என்ற வெள்ளையர் 1911 ஜூன் 17ஆம் நாளன்று, மணியாச்சி இரயில் நிலையத்தில் பகற்பொழுதில் சுட்டுக்கொல்லப்பட்டார். இவரைச் சுட்ட வாஞ்சிநாதன் என்ற இளைஞர் தன்னைத்தானே சுட்டுக்கொண்டு இறந்தார்.

காந்தியின் வருகைக்குப் பின்னர் நிகழ்ந்த ஒத்துழையாமை இயக்கமும், சிவில் சட்ட மறுப்பு இயக்கமும் இதன் ஓர் அங்கமான உப்புசத்தியாக்கிரகமும் தமிழ்நாட்டில் குறிப்பிடத் தக்க முறையில் நிகழ்ந்தன.

காந்தி நடத்திய தண்டி உப்பு சத்தியாகிரகத்துக்கு இணை யான ஓர் அறப்போராக, தமிழ்நாட்டில் வேதாரண்யம் உப்பு சத்தியாகிரகம் அமைந்தது. தமிழ்நாட்டின் பல பகுதி களில் இருந்தும் அணி அணியாகத் திரண்டு வந்த காந்தியவாதி களுக்கு அரசின் எச்சரிக்கையையும் மீறி, வழிநெடுகிலும் மக்கள் உணவும், உறையுளும் கொடுத்துதவினர்.

இந்திய விடுதலை இயக்கத்தின் மூன்றாவது கட்டமான வெள்ளையனே வெளியேறு இயக்கம் 'சென்னை மாகாணம்' என்ற பெயரில் இருந்த அன்றைய தமிழ்நாட்டிலும் தாக்கத்தை ஏற்படுத்தியது. வெள்ளையனே வெளியேறு இயக்கம் தொடர் பாகத் தமிழ்நாட்டில் நிகழ்ந்த நிகழ்வுகளை அறிமுகப்படுத்து வதே இச்சிறு நூலின் நோக்கமாகும்.

தமிழ்நாட்டு நிகழ்வுகளை அறிய முற்படும் முன்னர் 1942இல் நிகழ்ந்த வெள்ளையனே வெளியேறு இயக்கத்தின் வரலாற்றுப் பின்புலத்தை அறிந்துகொள்வது அவசியமாகும்.

　　　　　　　　　　　ஆ. சிவசுப்பிரமணியன்

1942 ஆகஸ்ட் இயக்கத்தின் வரலாற்றுப் பின்புலம்

1930ஆம் ஆண்டில் தொடங்கப்பட்ட சிவில் சட்ட மறுப்பு இயக்கம் குறிப்பிடத்தக்க விளைவுகளை ஏற்படுத் தியது. இந்திய மக்கள் தொகையில் புறக்கணிக்கப் பட்டுவந்த தாழ்த்தப்பட்ட மக்களைத் தன் பக்கம் ஈர்த்துக்கொள்ளும் முயற்சிகளை காந்தி மேற்கொண்டு அதில் ஓரளவு வெற்றியும் பெற்றார். அவர் நடத்திய பத்திரிகைக்கு 'ஹரிஜன்' என்ற பெயர் கொடுத்தார். இம்மக்களது கோயில் நுழைவு குறித்தும் இவர்களது சமூக முன்னேற்றம் குறித்தும் முதல்முறையாகக் காங்கிரஸ் பேசத் தொடங்கியது. இவர்களின் மேம்பாட்டிற்காக ஹரிஜன நிதி என்ற பெயரில் நிதி சேகரிக்கப்பட்டது. பொதுமக்களை ஈர்க்கும் வழிமுறையாக உப்புசத்தியா கிரகம் அமைந்தது. வெகு திரளாக இந்திய மக்களை இச்செயல்களின் வாயிலாகக் காங்கிரஸ் இயக்கம் தன் அணியில் இணைத்துக்கொண்டது. அரசு வேலை வாய்ப்புகளுக்கு மனுக்கொடுத்துக்கொண்டிருந்த அமைப் பாகத் தொடக்கத்தில் விளங்கிய காங்கிரஸ், போராடும் இயக்கமாகத் தன்னை அடையாளப்படுத்திக் கொண்டது. இவற்றின் அடிப்படையில் இந்திய அரசியலில் முக்கிய நிர்ணயிக்கும் சக்தியாக காங்கிரஸ் விளங்கியது. இதனால் காங்கிரஸின் செயல்பாடுகளை எச்சரிக்கையுடன் நோக்க வேண்டிய கட்டாயம் வெள்ளையரசுக்கு ஏற்பட்டது.

இத்தகைய சூழலில், உலக அரங்கில் இரண்டாம் உலகப் போர் 1939ஆம் ஆண்டில் தொடங்கியது. ஹிட்லரின் தலைமையில் ஜெர்மனியும் முசோலினி

  ஆகஸ்ட் போராட்டம்

தலைமையில் இத்தாலியும் இணைந்து இரண்டாம் உலகப் போரை உருவாக்கின. இவ்விரு நாடுகளுடன் ஆசிய நாடான ஜப்பானும் இணைந்துகொண்டது. 1939ஆம் ஆண்டு செப்டம்பர் 3ஆம் நாள் யுத்தம் வெளிப்படையாக அறிவிக்கப்பட்டது.

இம்மூன்று நாடுகளின் கூட்டிற்கு எதிராக இங்கிலாந்து, அமெரிக்கா, பிரான்ஸ், சோவியத் யூனியன் ஆகிய நாடுகள் ஓர் அணியில் நின்றன. இவை 'நேச நாடுகள்' எனப்பட்டன. இங்கிலாந்தின் காலனி நாடு என்ற வகையில் இந்தியாவும் இரண்டாம் உலக யுத்தத்தில் இழுக்கப்பட்டுவிட்டது.

இரண்டாம் உலகப் போரில் இந்தியாவும் ஒரு தரப்பு என்ற முடிவை இங்கிலாந்து தன்னிச்சையாக எடுத்தது. இந்தியாவில் செயல்பட்டுவந்த மத்திய சட்டமன்றம், பொது மக்களால் தேர்ந்தெடுக்கப்பட்ட மாநில அரசாங்கங்கள், அரசியல் கட்சிகள் ஆகியனவற்றுடனும் இந்தியத் தலைவர் களுடனும் கலந்துகொள்ளாமலேயே இந்தியாவையும், இரண்டாம் உலக யுத்தத்தில் இங்கிலாந்து அரசு இழுத்து விட்டுவிட்டது. இந்தியப் படைவீரர்களை, தன் சார்பில் போரிட அனுப்பிவைத்தது.

1930ஆம் ஆண்டு தொடங்கிய சிவில் சட்ட மறுப்பு இயக்கத்திற்குப்பின் புதிய இயக்கம் எதையும் காங்கிரஸ் கட்சி தொடங்காத நிலையில், புது இயக்கம் ஒன்றைத் தொடங்க காந்தி திட்டமிட்டார். இதன் அடிப்படையில் பெருந்திரளான பொதுமக்கள் கலந்துகொள்ளும் இயக்கம் ஒன்றை உருவாக்கினார். போரில் ஈடுபட்டுள்ள இங்கிலாந்துக்கு இடையூறு ஏற்படும் என்ற எண்ணத்தினால் தேர்ந்தெடுக்கப்பட்ட ஒரு சிலர் மட்டுமே கலந்துகொள்ளும் இயக்கமாக அமைய வேண்டும் என்று காந்தி முடிவு செய்தார். இதனால் இவ்வியக்கம் 'தனி நபர் சத்தியாக்கிரக இயக்கம்' எனப்பட்டது.

முழு மனதுடன் இங்கிலாந்தின் போர்ச் செயல்களுக்கு இந்தியா ஆதரவளிக்கிறது என்ற கருத்தை உலக அரங்கில் இங்கிலாந்து ஏற்படுத்தியிருந்தது. தனி நபர் சத்தியாக்கிரக இயக்கமானது இங்கிலாந்து ஏற்படுத்திய இக்கருத்து தவறானது என்பதை வெளிப்படுத்தும் என்பது காந்தியின் நம்பிக்கை. இதை வைஸ்ராய்க்கு எழுதிய கடிதத்தில்,

... நாசிசம் வெற்றிபெறக் கூடாது என்று பிரிட்டிஷ் குடிமக்கள் விரும்புவது போலவே, காங்கிரசும் உறுதியாக விரும்புகிறது. ஆனால், போரில் கலந்துகொள்ளும் அளவுக்கு அந்த விருப்பம் செல்ல முடியாது. இந்தியா முழுவதும் முழு மனதாக விரும்பிப் போர் முயற்சிக்கு

   ஆ. சிவசுப்பிரமணியன்

ஆதரவளித்து வருகின்றது என்று நீங்களும் பிரிட்டிஷ் அமைச்சரவையில் இந்தியச் செயலாளரும் கூறியுள்ள காரணத்தினால், இந்திய மக்களில் பெரும்பான்மையினர் போரில் சிறிதும் அக்கறை கொள்ளவில்லை என்பதைத் தெளிவாக்குவது அவசியம் ஆகிவிட்டது. இந்திய மக்களைப் பொறுத்தவரை நாசிசத்துக்கும் இந்தியாவில் இன்று ஆட்சி செய்யும் இரட்டை எதேச்சாதிகாரத்துக்கும் எவ்வித வேறுபாடும் கிடையாது

என்று காந்தி குறிப்பிட்டார் (பிபன் சந்திரா 1987 : 269).

திட்டமிட்டபடியே தனிமனித அறப்போர் 1940இல் தொடங்கியது. 1940 அக்டோபர் 17இல் வினோபாவாவும் 30இல் ஜவஹர்லால் நேருவும் கைதாயினர். எட்டு மாநிலங் களில் முன்னாள் அமைச்சர்கள் நவம்பர் திங்களில் கைதாகிச் சிறை சென்றனர். 1941 மார்ச் மூன்றாம் நாள்வரை 4,749 காங்கிரஸ் கட்சியினர் கைதாயினர்.

1941இல் யுத்தம் பரவலாகி 1942 பிப்ரவரி 15ஆம் நாள் சிங்கப்பூரையும், 1942ஆம் ஆண்டு மார்ச் திங்களில் இங்கிலாந் தின் குடியேற்ற நாடாக விளங்கிய பர்மாவின் (தற்போதைய மியான்மர்) தலைநகரான ரங்கூன் நகரையும் ஜப்பான் கைப் பற்றியது. இதற்கு முன்னர் இந்தோசீனா, இந்தோனேசியா, மலேயா ஆகிய நாடுகளையும் ஜப்பான் கைப்பற்றியிருந்தது. ஹிட்லர், முசோலினி ஆகியோரின் ஆசியக் கூட்டாளி நாடான ஜப்பானின் இவ்வெற்றிகள் ஆங்கில அரசுக்கு அச்சத்தை ஏற்படுத்தின.

அடுத்த இலக்கு இந்தியாவாக இருக்கலாம் என்ற நிலை உருவானது. ஆசியப் பகுதியில் ஜப்பானின் யுத்தச் செயல் பாடுகள் தீவிரமடைந்துவந்த சூழலில் இந்தியாவில் இங்கிலாந் தரசுக்கெதிரான போராட்டங்களைத் தவிர்க்க வேண்டிய நிலைக்கு இங்கிலாந்து தள்ளப்பட்டது. ஏனெனில் இராணுவத் திற்கான ஆயுதங்கள், உணவுப்பொருட்கள் ஆகியனவற்றைத் தென்கிழக்கு ஆசியப் பகுதிக்கு வழங்கும் முக்கியத் தளமாக இந்தியா இருந்தது. இக்காலகட்டத்தில் இங்கிலாந்தின் ஆதரவாளரான ஷி–யாங்கே–ஷேக் சீனக் குடியரசின் தலைவராக விளங்கினார். ஜப்பானின் ஆதிக்கம் மேலோங்கி வரும் சூழலில் இந்திய நாட்டின் பங்களிப்பு அவசியம் என்பதை அவர் நன்கு உணர்ந்தார். இதனால் இந்தியாவிற்குச் சுற்றுப்பயணம் செய்து, அரசின் உயர்நிலை அதிகாரிகள் மற்றும் உறுப்பினர்கள், இந்தியாவின் பொது வாழ்வில் உள்ள முக்கிய பிரமுகர்கள் ஆகியோரைச் சந்தித்துக் கருத்துப் பரிமாற்றம் செய்ய விரும்பினார். இதனடிப்படையில் 1942 பிப்ரவரி 8ஆம் நாள் இந்தியாவுக்கு வந்தார்.

இந்தியா வந்த அவர் நேரு, அபுல் கலாம் ஆசாத் ஆகிய இரு காங்கிரஸ் தலைவர்களைத் தில்லியிலும் பிப்ரவரி 18இல் கொல்கத்தா நகரில் காந்தியையும் சந்தித்து உரையாடினார். இந்தியாவிலிருந்து புறப்படும் முன்னர் இந்திய மக்களுக்குப் பின்வரும் செய்தியை விடுத்துச் சென்றார்:

நாகரிக வரலாற்றின் சிக்கலான இந்தக் கட்டத்தில் மனிதகுல விடுதலைக்காக நாம் இருவரும் கடுமையாக உழைக்க வேண்டும். ஏனென்றால் சுதந்திரமான உலகில் தான் சீனாவும் இந்தியாவும் விடுதலை பெற முடியும். மேலும் இந்தியாவிற்கோ சீனாவிற்கோ விடுதலை மறுக்கப் படுமேயானால் உலகில் உண்மையான அமைதி இருக்க முடியாது (Tarachand; 1972 : 337).

அத்துடன் தனது கூட்டாளியான இங்கிலாந்திற்கும் பின்வரும் வேண்டுகோளை முன்வைத்தார்:

இந்திய மக்களின் கோரிக்கைகளுக்காகக் காத்திருக்காமல் இயன்றவரை விரைவாக அவர்களுக்கு உண்மையான அரசியல் சுதந்திரம் வழங்கப்பட்டால் அவர்கள் தங்களை ஆன்மீக நிலையிலும் பொருளாதார நிலையிலும் முன் னேற்றிக் கொள்வார்கள். இதன் மூலம் இந்த யுத்தத்தில் தங்களுடைய பங்களிப்பானது, உலக அமைதியைச் சீர்குலைப்பவர்களுக்கு எதிராகப் போரிடுபவர்களுக்கு வெற்றியைத் தருவதுடன் தங்களுடைய விடுதலைக்கான போரில் ஒரு திருப்பு முனையாக அமையும் என்பதையும் உணர்வார்கள் (Tarachand; 1972 : 337).

இவ்வேண்டுகோளுடன் நின்றுவிடாமல் சீனா சென்ற பின்னர், இலண்டனிலும், வாஷிங்டனிலும் உள்ள சீனத் தூதுவர் களுக்குத் தன்னுடைய இந்தியப் பயணம் ஏற்படுத்திய உணர்வு களை இங்கிலாந்து பிரதமர் சர்ச்சிலிடமும், அமெரிக்கக் குடியரசுத் தலைவர் ரூஸ்வெல்ட்டிடமும் தெரிவிக்கும்படி 1942 பிப்ரவரி 24ஆம் நாள் தந்தியொன்றை அனுப்பினார்.

இந்தியாவின் அரசியல் சூழலும் இந்திய இராணுவத்தில் நிலவும் சூழலும் அவற்றை நேரடியாகக் கண்ட எனக்கு அதிர்ச்சி அளித்தது. நான் நினைத்ததைவிட நிலைமை மோசமாக உள்ளது. இந்தியாவின் அரசியல் சிக்கல் உடனடியாகத் தீர்க்கப்படாவிட்டால் நாள்தோறும் ஆபத்து மிகும். ஜப்பானியருக்கு இந்த உண்மைநிலை தெரிந்து அவர்கள் இந்தியாவைத் தாக்கினால் அவர்கள் எந்த எதிர்ப்பும் இன்றி எளிதில் வெற்றி பெறுவார்கள் (Tarachand; 1972 : 337)

ஆ. சிவசுப்பிரமணியன்

என்ற செய்தியை சர்ச்சிலிடம் தெரிவிக்கும்படி இலண்டனி
லுள்ள சீனத் தூதுவருக்கு அனுப்பிய தந்தியில் குறிப்பிட்
டிருந்தார். ரூஸ்வெல்ட்டிற்கு அனுப்பிய தந்தியில் பின்வரும்
செய்தி இடம்பெற்றிருந்தது:

ஒரே சொல்லில் கூறினால் ஆபத்தானது அதிகரித்
துள்ளது. இந்தியா குறித்த தன்னுடைய கொள்கையை
முற்றிலுமாக பிரிட்டிஷ் அரசு மாற்றிக்கொள்ளாவிட்
டால், இந்தியாவை எதிரிக்குத் தானமாகக் கொடுத்து
இந்தியாவைத் தனக்குரிமையாக்கிக்கொள்ள அழைப்
பதற்குச் சமமாகும். இதை நினைக்கும்போது எனக்குக்
கவலையாகவும் அச்சமாகவும் இருக்கிறது (Tarachand;
1972 : 337–338).

ஷி-யாங்கே-ஷேக்கின் எச்சரிக்கையும் வேண்டுகோளும்
அடங்கிய தந்தி சர்ச்சிலிடம் எவ்வித விளைவும் ஏற்படுத்த
வில்லை.

நான் மன்னரின் பிரதம அமைச்சராகப் பொறுப்பேற்
றுள்ளது பிரிட்டனின் பேரரசைக் கலைக்கும் பணியை
என் தலைமையில் நடத்துவதற்காக அல்ல

என்று வெளிப்படையாக அறிவித்தார். ஆனால் இந்தியப்
பிரச்சனையில் இணக்கமான முடிவெடுக்க வேண்டுமென்ற
நிர்ப்பந்தம் ரூஸ்வெல்ட்டிடமிருந்து அவருக்கு வந்தது.

நேசநாடுகளின் படை முழுமைக்கும் ஜெனரல் ஐசன்
ஹோவர் தலைமைத் தளபதியாக இருந்தார். (அமெரிக்கரான
இவர் பின்னால் அமெரிக்க நாட்டின் குடியரசுத் தலைவராக
வும் விளங்கினார்.) இரண்டாம் உலகப் போரில் இந்தியாவின்
துணை மிகவும் அவசியமானது என்பது அவரது கணிப்பாக
இருந்தது. இதே காலத்தில் யுத்தத்தை எதிர்கொள்ளும்
வழிமுறைகளுள் ஒன்றாக எதிர்க்கட்சியான தொழிற்கட்சியை
யும் இணைத்து யுத்தகால மந்திரிசபை இங்கிலாந்தில்
உருவாக்கப்பட்டிருந்தது. இம்மந்திரிசபையும், இந்தியர்களின்
எதிர்ப்புணர்வைத் தடுக்கும் வழிமுறையாக எவையேனும்
சில சீர்திருத்தங்களை மேற்கொள்ள வேண்டும் என்று கருதியது.
இவ்வாறு பல்வேறு தரப்புகளிலிருந்து வந்த நெருக்கடிகளின்
விளைவாகச் சில வழிமுறைகளை மேற்கொண்டு இந்தியர்
களின் ஆதரவைப் பெற வேண்டும் என்ற நிலைக்கு சர்ச்சில்
தள்ளப்பட்டார். இதன் அடிப்படையில் சர் ஸ்டாபோர்டு
கிரிப்ஸ் என்பவரின் தலைமையில் தூதுக்குழு ஒன்றை
இந்தியாவுக்கு அனுப்பினார்.

   ஆகஸ்ட் போராட்டம்

இந்தியாவிற்கு கிரிப்ஸ் வரும் முன்னர் காந்தி உருவாக்கிய தனிநபர் அறப்போரில் பல்லாயிரக்கணக்கானோர் கைதாகிச் சிறையில் இருந்தனர். இங்கிலாந்தின் யுத்தகால மந்திரிசபை 1941 மார்ச் 30இல் இந்தியா தொடர்பான அறிக்கைக் குறிப்பொன்றை வெளியிட்டது. இக்குறிப்பில் பின்வரும் செய்திகள் இடம் பெற்றிருந்தன (மனோரஞ்சன் ஜா 1974 : 339 – 340):

> யுத்த நெருக்கடி தீர்ந்ததும் இந்திய அரசியல் சட்டத்தை உருவாக்கும் அதிகாரம் உள்ள பிரதிநிதித்துவ அமைப்பு ஒன்று ஏற்படுத்தப்படும்.

> பிரிட்டிஷ் பேரரசுக்கு உட்பட்டதும் அதன் மற்ற உறுப்பு நாடுகளைப் போல எல்லா உரிமைகளும் உடையதுமான இந்தியக் கூட்டரசு ஒன்று உருவாகும்.

> இது தனது உள்நாட்டு வெளிநாட்டு விவகாரங்களைக் கவனிக்கின்ற முழு அதிகாரமும் பெற்றதாக அமையும்.

> அரசியல் நிர்ணய சபை உருவாக்கும் அரசியல் சட்டத்தைச் சில நிபந்தனைகளுக்கு உட்பட்டு ஏற்று இங்கிலாந்து அரசு நடைமுறைப்படுத்தும்.

> இப்போதுள்ள பிரிட்டிஷ் இந்திய மாநிலங்களில் ஒன்று புதிய அரசியல் சட்டத்தை ஏற்க விரும்பாவிட்டால், இப்போதுள்ள அரசியல் அமைப்பின்படியே அது இயங்கலாம்.

> நாளடைவில் அது விரும்பினால் இந்தியக் கூட்டர சோடு இணைந்துகொள்ள அதற்கு உரிமை உண்டு.

> என்றாலும், அப்படி இணையாத மாநிலங்களைத் தனிஉரிமை உள்ள பிரதேசங்களாகக் கொண்டு பிரிட்டிஷ் அரசாங்கம் அவைகளோடு அரசியல் உறவு கொள்ள உரிமை உண்டு.

1942 மார்ச் 23ஆம் நாள் கிரிப்ஸ் தில்லிக்கு வந்தார். தன்னுடன் இங்கிலாந்தின் யுத்தகால மந்திரிசபை உருவாக்கி யிருந்த வரைவுத் திட்டம் (Draft Scheme) ஒன்றையும் கொண்டு வந்தார். தூதுவர் என்ற முறையில் அவர் முடிவெடுக்கும் உரிமையைக் கட்டுப்படுத்தும் கடிவாளமாக இது இருந்தது.

இந்தியாவில் செயல்பட்டுவந்த பல்வேறு இயக்கங்களின் தலைவர்களைச் சந்தித்து அவர்களுடன் விவாதித்து, பொருத்த மான முடிவெடுக்கும் உரிமை அவருக்கு வழங்கப்படவில்லை. மேலே குறிப்பிட்டுள்ள திட்டங்களை நடைமுறைப்படுத்த, ஒப்புதலைப் பெறுவதற்கு வந்தவராகவே அவர் விளங்கினார்.

    ஆ. சிவசுப்பிரமணியன்

கிரிப்ஸின் திட்டம் இரண்டு பகுதிகளைக் கொண்டதாக அமைந்திருந்தது. முதல் பகுதி இந்தியாவுக்கு டொமினியன் தகுதி வழங்கும் அரசியலமைப்புச் சட்டத்தை உருவாக்குவது தொடர்பானது. அதன்படி பின்வரும் வரைவுகளை, கிரிப்ஸ் திட்டம் கொண்டிருந்தது (துரைசாமி. சு 1993 : 37 – 38).

1. போர் நின்றவுடனே, மாநிலச் சட்டசபைக்கான தேர்தல் களை நடத்துவது.

2. அரசியல் நிர்ணயசபை அமைத்தல்: மாநிலங்களிலுள்ள கீழ்சபைகளின் பிரதிநிதிகளை வாக்காளர்களாகக் கொண்டு, அரசியல் நிர்ணய சபைக்கு உறுப்பினர்கள் தேர்வு செய்யப்படுவார்கள். வாக்காளர் எண்ணிக்கை யில் பத்தில் ஒருபங்கினர் அரசியல் நிர்ணயசபை உறுப்பினர்களாக இருப்பார்கள். சுதேச சமஸ்தானங் களின் பிரதிநிதிகளை மக்கள்தொகை அடிப்படையில், சம்பந்தப்பட்ட சுதேச மன்னரே நியமனம் செய்வார்.

3. அரசியல் நிர்ணயசபை உருவாக்கும் அரசியல் அமைப்பை, பிரிட்டிஷ் இந்திய மாநிலங்களில் ஒரு மாநில அரசு ஏற்க மறுப்பதாக, சம்பந்தப்பட்ட மாநிலச் சட்டமன்றம் தீர்மானம் நிறைவேற்றினால், அந்த மாநிலம் தனித்து இயங்க உரிமை உண்டு. அந்த மாநிலம் தனக்கென ஒரு அரசியல் அமைப்பைத் தனது விருப்பம்போல் ஏற்படுத்திக்கொள்ளலாம்.

4. இந்திய யூனியனுக்குரிய தகுதியை, பிரிந்து போகும் மாநிலமும் பெறும்.

5. அவ்வாறு உருவாக்கப்பட்ட அரசியல் அமைப்பை அல்லது அரசியல் அமைப்புகளை பிரிட்டிஷ் அரசு அங்கீகரித்து, அதற்கு டொமினியன் தகுதியை வழங்கும். டொமினியன்கள் விரும்பினால் பிரிட்டிஷ் பேரரசி லிருந்து பிரிந்து போக உரிமை அளிக்கப்படும்.

6. இந்த அதிகார மாற்றத்திற்கான உடன்படிக்கையைச் சம்பந்தப்பட்ட அரசியல் நிர்ணய சபையோடு பிரிட்டிஷ் அரசு செய்துகொள்ளும்.

(விருப்பமுள்ள மாநிலம் யூனியனிலிருந்து பிரிந்து போகும் உரிமையை இதில் சேர்க்கக் கூடாது என்று வைஸ்ராய் லின்லித்கோவும், வேவலும் கடுமையாக எதிர்த்தார்கள். ஆனால் பிரிட்டிஷ் மந்திரிசபை அதாவது யுத்தகால சர்ச்சில் மந்திரிசபை, வகுப்புவாதப் பிரச் சனையின் தீர்வுக்கு அந்த உரிமை அவசியம் தேவை என்று முடிவு செய்தது).

   ஆகஸ்ட் போராட்டம்

இரண்டாவது பகுதி உலகயுத்தம் நடைபெற்றுவரும் சூழலில் உடனடியாக மேற்கொள்ள வேண்டிய சில தற்காலிக ஏற்பாடுகளைக் குறித்ததாக இருந்தது. இதன்படி,

1. 1935ஆம் வருட அரசியல் சட்டத்தில் (இந்தியாவில் நடைமுறையில் இருக்கும் அரசியல் சட்டத்தில்) எந்தவித மாற்றத்தையும், தற்போதைக்குச் செய்யப் போவதில்லை என்றும், யுத்த நடவடிக்கைகளை நிர்வகித்தலும், வழிப் படுத்தலும் முழுமையாக பிரிட்டிஷ் அரசிடமே இருக்கும் என்றும் அறிவிக்கப்பட்டது.

2. இந்தியாவின் அரசியல் தலைவர்களும் முக்கியப் பிரிவு களின் தலைவர்களும், இந்திய கவுன்சில், காமன்வெல்த் கவுன்சில் மற்றும் ஐ.நா. சபை கவுன்சில்களிலும் உடனடி யாகப் பங்கு பெறுமாறு பிரிட்டிஷ் அரசால் அழைக்கப் படுவார்கள்.

3. சம்பந்தப்பட்ட கவுன்சில்களில் அங்கம் வகிக்கும் உறுப் பினர்கள் வருங்காலச் சுதந்திர இந்தியாவுக்குத் தேவை யான நடவடிக்கைகள் பற்றிய ஆலோசனைகளில் பங்கு பெறலாம் என்றும் அறிவிக்கப்பட்டது (மேலது 38).

1942 மார்ச் 27இல் காந்தியை கிரிப்ஸ் சந்தித்தபோது அவரது ஆலோசனைகள் யாவும் யுத்தகால மந்திரிசபையின் வரைவுத் திட்டத்தில் இடம்பெற்றிருந்ததைத் தவிர வேறு எதுவும் புதிதாக இல்லையென்று கூறிவிட்டு, எனவே அவர் இந்தியாவில் தங்கியிருக்க வேண்டிய அசியமில்லையென்றும் இங்கிலாந்திற்குச் செல்லும் முதல் விமானத்தைப் பிடித்துத் திரும்பிச் செல்வது நல்லது என்றும் காந்தி கூறிவிட்டார் (Tarachand 1972; 342).

காங்கிரஸ் மட்டுமன்றி பல்வேறு அரசியல் இயக்கங்களும் கிரிப்ஸின் திட்டத்தை ஏற்றுக்கொள்ள மறுத்தன. ஆனால் ஒவ்வொரு இயக்கமும் இதை ஏற்றுக்கொள்ள மறுத்தமைக்குத் தனித்தனியான காரணங்கள் இருந்தன.

பாகிஸ்தான் அமைப்பது பற்றி தெளிவாகக் குறிப்பிடப் படவில்லை என்ற காரணம் காட்டி முஸ்லிம் லீக் ஏற்க மறுத்துவிட்டது. இந்தியப் பிரிவினைக்கு வழி செய்யப் பட்டிருப்பதால் இந்து மகாசபை திட்டத்தை ஏற்கவில்லை, சீக்கியர்கள் இரு டொமினியன்களிலும் சிக்கிக்கொள்ளும் நிலை இருப்பதால் அதை ஏற்க மறுத்ததோடு, தங்களுக்கு சுதந்திர உரிமையுள்ள தனி மாநிலம் கோரினார்கள்.

ஆ. சிவசுப்பிரமணியன்

தாழ்த்தப்பட்டோருக்கு பாதுகாப்பு பற்றி ஒன்றும் சொல்லப் படாததால், அதை ஏற்க அவர்களின் சம்மேளனமும் மறுத்துவிட்டது (துரைசாமி. சு 1993; 39).

இவ்வாறு கிரிப்ஸ் தூது வெற்றி பெறாத நிலையில் இந்திய விடுதலைக்கான அடுத்தகட்டப் போராட்டத்தை உருவாக்க வேண்டிய நிலை காங்கிரஸ் கட்சிக்கு ஏற்பட்டது.

கிரிப்ஸும் காந்தியும்

போராட்டத்தின் தொடக்கம்

1942 ஜூலை 6ஆம் நாள் வார்தா நகரில் காங்கிரஸ் குழு ஒருவார காலம் கூடி விவாதித்து, தேசிய அளவிலான வேண்டுகோளை உருவாக்கியது. இந்தியர்களிடம் ஆட்சி அதிகாரத்தை உடனே ஒப்படைத்துவிட்டு இந்தியாவை விட்டு இங்கிலாந்து வெளியேற வேண்டுமென்று எடுத்த எடுப்பிலேயே அறிவித்தது. இவ்வேண்டுகோளை ஏற்கா விட்டால்,

> *1920ஆம் ஆண்டு முதற்கொண்டு, தான் திரட்டி யிருந்த அகிம்சை பலம் அனைத்தையும் பயன்படுத்து வதைத் தவிரக் காங்கிரசுக்கு வேறு வழியில்லை என்றும், நேரடி நடவடிக்கை இயக்கம் தொடங்கப் படும் என்றும் அறிவிக்கப்பட்டது. இக்கொள்கை முடிவை உறுதிப்படுத்த அனைத்து இந்தியக் காங்கிரஸ் கமிட்டியின் கூட்டம் ஒன்றை ஆகஸ்ட் 7ஆம் தேதி மும்பையில் நடத்த முடிவு செய்யப் பட்டது (பிபின் சந்த்ரா 1987 : 275).*

இதன்படி ஆகஸ்ட் 7ஆம் நாள் மும்பையில் காங்கிரஸ் செயற்குழு கூடியது. வார்தாவில் நிறைவேற்றப்பட்ட தீர்மானத்தை ஆராய்ந்து மறுநாள் (ஆகஸ்ட் 8ஆம் நாள்) பின்வரும் தீர்மானத்தை நிறைவேற்றியது (*Chopra 1987 : 8*):

> தன்னுடைய நலனுக்காகவும் மனித குலத்தின் நலனுக்காகவும் செயல்பட நினைக்கும் ஒரு நாட்டின் மேல் ஆதிக்கம் செலுத்தி அம்மக்களின் விருப்பத்தைத் தடுக்கும் ஏகாதிபத்திய எதேச்சாதிகார அரசுக்கு எதிராகப் போராட நினைக்கும் நாட்டையும் அதன் மக்களையும் தடுக்க நினைப்பது நியாயமாகாது என இக்குழு நினைக்கிறது. இந்தியாவின் விடுதலை

ஆ. சிவசுப்பிரமணியன்

என்பது மறுக்கப்பட முடியாத ஓர் உரிமை. இந்த உரிமையை நிலைநாட்டிக் கொள்வதற்கான அகிம்சை வழிப் போராட் டத்தைத் தொடங்க அனுமதிக்கிறது. இப்போராட்டத் திற்காக இந்நாடு இதுவரை சேர்த்து வைத்துள்ள அனைத்து உத்திகளையும் பயன்படுத்த வேண்டும்.

அத்தகைய ஒரு போராட்டம் நிச்சயம் காந்தியின் தலைமையின் கீழ்தான் நடக்க வேண்டும்.

எனவே இதற்குத் தலைமை ஏற்று நாட்டை வழிநடத்திச் செல்ல இக்குழு காந்தியைக் கேட்டுக்கொள்கிறது.

இக்கூட்டத்தில் 140 மணித்துளிகள் காந்தி பேசினார். அவ்வுரையில் இப்போராட்டத்தின் இயல்பு குறித்து அவர் பின்வரும் கருத்துக்களை வெளிப்படுத்தினார்:

உடனடியாக எனக்கு விடுதலை வேண்டும் முடிந்தால் இன்றிரவே, விடிவதற்கு முன்பே. காங்கிரஸ் விடுதலைப் போராட்டத்தில் வெற்றி பெற வேண்டும் அல்லது இந்த முயற்சியில் தன்னை அழித்துக்கொள்ள வேண்டும். காங்கிரஸ் போராடிப் பெற விரும்பும் சுதந்திரம் காங்கிரஸ்காரர்களுக்கு மட்டும் அன்று, அது இந்த நாட்டில் உள்ள நாற்பது கோடி மக்களுக்கான விடுதலை என்பதை மறந்துவிடக் கூடாது, இந்த நொடிமுதல் ஒவ்வொரு ஆணும் பெண்ணும் சுதந்திரம் பெற்றவராகத் தன்னைக் கருத வேண்டும். ஏகாதிபத்தியத்தின் காலடியில் வாழாத, விடுதலை பெற்றவராகக் கருத வேண்டும். நான் கூறுவது கனவு அல்ல. இதுதான் சுதந்திரத்தின் சாராம்சம். அடிமைத்தளையில் இருந்து விடுபட்டதாக எண்ணிய நொடி முதல் ஒவ்வொருவரும் சுதந்திரமானவரே.

குறுகிய வடிவிலான மந்திரம் ஒன்றை நான் உங்களுக்குத் தருகிறேன். அதை உங்கள் மனதில் எழுதி வைத்துக்கொள் ளுங்கள். உங்களது ஒவ்வொரு மூச்சிலும் அதை வெளிப் படுத்துங்கள். **செய் அல்லது செத்துமடி** என்பதே அந்த மந்திரம். நாம் இந்தியாவை விடுவிப்போம் அல்லது அந்த முயற்சியில் உயிர் துறப்போம். ஆனால் நம்முடைய அடிமைத்தனம் நிலைத்திருப்பதைப் பார்த்துக்கொண்டு உயிருடன் வாழமாட்டோம் (*Chopra; 1987 : 8–9*).

மேலும் இவ்வுரையில் இந்து, முஸ்லிம் என்ற வேறுபாடு களை மறந்து அனைவரும் இந்தியர்களே என்று நினைக்கும் படி அறிவுறுத்தினார். அத்துடன் நம்முடைய போராட்ட மானது வெள்ளையர்களுக்கு எதிரானதல்ல. அவர்களது

ஏகாதிபத்தியத்துக்குத்தான் எதிரானது என்பதை நினைவில் கொள்ள வேண்டுமென்றும் இந்த அறப்போரில் ஏமாற்று தலுக்கோ, உண்மைக்கு மாறானவற்றிற்கோ இடமில்லையென் றும் குறிப்பிட்டார் (Tarachand 1972 : 375 : 376).

காங்கிரஸின் செயல்பாடுகளை நீண்ட காலமாக மோப்பம் பிடித்துவந்த வெள்ளையரசு இனி காங்கிரஸ் கட்சி அதன் போக்கில் செயல்பட அனுமதிக்கக் கூடாது என்று கருதியது. போராட்டக் களத்தில் காங்கிரஸ் இறங்கும் முன்பே அதன் செயல்பாட்டை முடக்கிவிட வேண்டும் என்ற முடிவுக்கு வந்தது. காங்கிரஸின் தீர்மானம் வெளியானதற்கு மறுநாள் ஆகஸ்ட் 9ஆம் நாளன்று காந்தியும் அவரது சகாக் களும் தங்கியிருந்த பிர்லா மாளிகையை முற்றுகையிட்டது.

இதன் பின்னர் நடந்ததை 'மகாத்மாவின் கைது' என்ற தலைப்பில் 'ஹரிஜன்' இதழ் (Vol. IX No. 31 ஆகஸ்ட் 16, 1942) பின்வருமாறு வெளியிட்டுள்ளது:

மகாத்மாஜி கைது

இன்று வழக்கம்போல் காலை நான்கு மணிக்கு காலைப் பிரார்த்தனைக்கு காந்திஜி எழுந்தார். பிரார்த்தனைக்குப் பின் தன்னுடைய வழக்கமான அலுவல்களைக் கவனிக்க ஆயத்தமானார். அப்போது காந்திஜியின் செயலாளர் திரு.மகாதேவ் தேசாயைச் சந்திக்க, காவல்துறை ஆணையர் வந்திருப்பதாகச் செய்தி வந்தது. இந்தியப் பாதுகாப்புச் சட்டங்களின் கீழ் காந்திஜி, மகாதேவ் தேசாய் மற்றும் மீராபென்னை, கைது செய்வதற்கான கைது ஆணை களுடன் அவர் வந்திருந்தார்.

ஆனால் காந்தியின் மனைவியையோ, மற்றொரு செயலாளர் பியாரலாலையோ கைது செய்ய உத்தரவுகள் இல்லை என்றும், ஆனால் அவர்கள் காந்திஜியுடன் செல்ல விரும்பினால் அவ்வாறே கைது செய்யப்படலாம் என்றும் கூறினார். ஆனால் அவர்கள் அதனை ஏற்றுக் கொள்ளவில்லை. காந்திஜி தன்னைத் தயார் செய்து கொள்வதற்கு அரை மணி நேரம் வழங்கப்படும் என்று மகாதேவ் தேசாயிடம் ஆணையர் கூறினார்.

காந்திஜி தன்னுடைய வழக்கமான காலை உணவான ஆட்டுப்பாலையும் பழச்சாறையும் பருகினார். அவரைத் தங்க வைத்திருந்த பிர்லா குடும்பத்தினரும் கட்சிக்காரர் களும் சேர்ந்து, காந்திஜிக்கு மிகவும் விருப்பமான 'வைஷ்ணவ ஜன்' பாடலைப் பாடினர்.

  ஆ. சிவசுப்பிரமணியன்

சேவாகரம் ஆஸ்ரமத்தைச் சேர்ந்த இஸ்லாமியர் அப்துல் சலாம், குரானில் இருந்து சில வசனங்களை வாசித்தார். பின்னர் காந்திஜி தன்னுடைய உடைமைகளில் சிலவற்றுடன் பகவத்கீதை, ஆசிரமப்பாடல் புத்தகம், குரான், உருது பயிற்சி நூல் மற்றும் நூல் நூற்கும் தக்களி ஆகியனவற்றுடன் சென்றார்.

காரில் அவர் ஏறும் முன் திருமதி பிர்லா, காந்திஜிக்கு மாலை அணிவித்து நெற்றியில் குங்குமம் இட்டார். அதன்பின்னர் ஆர்.டி. பிர்லாவும், ஜி.டி. பிர்லாவும் அவரை வழியனுப்பி வைத்தனர். காந்திஜி தனது வழக்க மான புன்னகையுடன், முதல் காரில் மீராபென்னுடனும் காவல்துறை ஆணையாளருடனும் ஏறிக்கொண்டார். இரண்டாவது காரில் காவல்துறைக் கண்காணிப்பாளரின் காவலில் மகாதேவ் தேசாய் சென்றார்.

கைதையொட்டி பின்வரும் செய்தியை காந்தி நாட்டிற்கு விடுத்தார்:

பம்பாய். காலை 5 மணி ஆகஸ்ட் 19, 1942

அகிம்சை வழியில் தன்னால் இயன்றவரை ஒவ்வொரு வரும் செல்லலாம். வேலைநிறுத்தங்கள் மற்றும் அகிம்சை வழியில் அனைத்தையும் செயலிழக்கச் செய்யுங்கள். சத்தியாக்கிரகிகள் வாழ்வதற்கு அல்ல சாவதற்கே செல்ல வேண்டும், மரணத்தைத் தேடிச் செல்ல வேண்டும். தனி நபர்களின் மரணத்தில்தான் நாடு வாழும்.

செய் அல்லது மடி

எம்.கே. காந்தி

இச்செய்தியின் தொடர்ச்சியாக, தன் செயலாளர் பியர்லால் வாயிலாக,

ஒவ்வொரு அகிம்சை வீரரும் துண்டுக் காகிதத்திலோ துணியிலோ "செய் அல்லது மடி" என்று எழுதித் தன்னுடைய ஆடையில் அணிந்துகொள்ளட்டும். அவ்வாறு அணிந்துகொண்டால், அவர்கள் ஒருவேளை, போராட்டத் தில் இறக்க நேரிட்டால், அகிம்சையை ஏற்றுக்கொள்ளாமல் இறந்த மற்றவரிடம் இருந்து, இவர்களைப் பிரித்து அடையாளம் கண்டுகொள்ளலாம்

என்ற செய்தியையும் அன்றே நாட்டிற்கு விடுத்தார். பின்னர் காந்தியும் அவரது தோழர்களும் புனேயிலுள்ள ஆகாகான் மாளிகையில் சிறை வைக்கப்பட்டனர்.

காங்கிரஸின் செயற்குழு உறுப்பினர்களைக் கைது செய்து அகமத் நகரிலுள்ள பழைய கோட்டை ஒன்றில் சிறை வைத்தது. இந்தியா முழுவதும் காங்கிரஸ்காரர்கள் கைதுசெய்யப்பட் டார்கள். கட்சி தடைசெய்யப்பட்டதுடன் அதன் நிதியும் முடக்கப்பட்டது.

இதன் விளைவாக அகில இந்திய அளவில் மட்டுமன்றி மாவட்ட, வட்ட, நகர அளவிலும்கூடத் தலைவர்கள் இல்லாத நிலை ஏற்பட்டது.

இப்போராட்டத்திற்கான திட்டங்கள் வகுக்கப்பட்டு அது நடைபெறத் தொடங்கும் முன்னரே அரசு முந்திக்கொண்டு தடுப்பு நடவடிக்கைகளை மேற்கொள்ளத் தொடங்கியது.

காங்கிரஸ் கட்சியைத் தடை செய்ததுடன் பெரும் பாலான காங்கிரஸ் தலைவர்களைக் கைது செய்ததும் திரளான பொது மக்களை அதிர்ச்சியடையச் செய்தது.

ஆகஸ்ட் 9ஆம் நாளன்றே வேலைநிறுத்தங்கள், மறியல்கள் போன்றவை நிகழத் தொடங்கிவிட்டன. அரசு ஈவு இரக்க மின்றி இப்போராட்டங்களை எதிர்கொள்ளத் தொடங்கியதால் மக்களின் ஆத்திரம் மேலும் அதிகரித்தது. இதன் விளைவாக நடந்த நிகழ்வுகளைத் தாராசந்த் (1972 : 378) பின்வருமாறு குறிப்பிடுகிறார்:

அதிகாரத்திற்கெதிரான உணர்வும் கொடுங்கோல் அரசை வீழ்த்த வேண்டும் என்ற உறுதியும் பல வகை வன்முறைகளுக்கும் அத்துமீறல்களுக்கும் வழி வகுத்தன. தகவல் தொடர்பு அமைப்புகளான தபால், தந்தி, தொலைபேசி மற்றும் இரயில்வேக்களை இவை முக்கிய மாகக் குறி வைத்தன. ஆட்சியின் கருவிகளான காவல் துறையையும் நீதித் துறையையும் இரக்கமின்றித் தாக்கினர். அங்கும் இங்குமாக ஒன்றுக்கொன்று தொடர் பில்லாமல் உள்ளாட்சி அமைப்புகளை நிலைகுலைய வைக்க முயற்சிகள் செய்யப்பட்டன. பொதுச் சொத்துக்கள் சேதப்படுத்தப்பட்டன, அழிக்கப்பட்டன. தபால் நிலை யங்கள், காவல் நிலையங்கள், தந்தி நிலையங்கள், இரயில் நிலையங்கள் மற்றும் அரசாங்கக் கிட்டங்கிகள் தீயிடப் பட்டன அல்லது கொள்ளையடிக்கப்பட்டன.

இதே காலகட்டத்தில் நேதாஜி சுபாஷ் சந்திரபோஸ் பெர்லினில் இருந்தார். அங்கிருந்து வானொலி வாயிலாக இந்திய மக்களுக்கு விடுதலைப் போராட்டத்தை வலியுறுத்தி உரையாற்றி வந்தார். ஆகஸ்ட் போராட்டம் தொடங்கிய பின்னர், "பலாத்காரமில்லாத கெரில்லாப் போர்முறை"

                                    ஆ. சிவசுப்பிரமணியன்

(Nonviolent Guerilla Warfare) என்ற பெயரில் பன்னிரண்டு அம்ச வேலைத்திட்டம் ஒன்றை, தமது வானொலி உரையின் வாயிலாக அறிவித்தார். அது வருமாறு:

1. அன்னியப் பொருள்கள், பண்டங்களைப் புறக்கணித்தல். அவற்றை விற்பனை செய்யும் நிலையங்களுக்குத் தீயிடுதல்.

2. இந்தியாவில் உள்ள பிரிட்டிஷ்காரர்களையும், அவர் களுக்கு ஆதரவாக இருக்கும் இந்தியர்களையும் புறக் கணித்தல் – இந்திய சமுதாயம் அவர்களை முழுமை யாகப் புறக்கணிக்க வேண்டும் *(Total Boycott)*.

3. தடை உத்தரவுகளை மீறிப் பொதுக் கூட்டங்கள், ஆர்ப் பாட்டங்கள் நடத்துதல்.

4. இரகசிய அறிக்கைகளைத் தயாரித்து மக்களிடையே விநியோகித்தல். இரகசிய வானொலி நிலையங்களை அமைத்தல்.

5. பிரிட்டிஷ் அதிகாரிகளின் வீடுகளுக்கு மக்கள் ஊர்வல மாகச் சென்று அவர்களை இந்தியாவைவிட்டு வெளியேறு மாறு கூறுதல்.

6. தலைமைச் செயலகம், நீதிமன்றங்கள் போன்ற அரசு அலுவலகங்களைச் செயல்படாமல் முடக்குவதற்காக, நிர்வாகத்தைச் சீர்குலைப்பதற்காக, மக்கள் ஊர்வல மாகச் சென்று அரசு அலுவலகங்களில் நுழைந்து, மக்கள் தம் வசப்படுத்திக்கொள்ளுதல்.

7. மக்களைக் கொடுமைப்படுத்தும் காவல்துறை மற்றும் சிறை அதிகாரிகளைக் கைது செய்து, மக்களே அவர் களைத் தண்டித்தல்.

8. காவல்துறையோ, இராணுவமோ மக்கள்மீது தாக்கு தலை நடத்தப்போகிறது என்ற செய்தி கிடைத்தால், அந்தப் பகுதிகளில் போக்குவரத்தைத் தடுப்பதற்காகப் பாதைகளில் தடைகளை அமைத்தல்.

9. அரசு அலுவலகங்களுக்கும், ஆயுதங்களைத் தயாரிக்கும் தொழிற்சாலைகளுக்கும் தீயிடுதல்.

10. தபால் – தந்தி – செய்தி போக்குவரத்து தொடர்புகளைத் துண்டித்து செய்திப் போக்குவரத்தைச் சீர்குலைத்து முடக்குதல்.

11. போர்வீரர்கள் மற்றும் போர்த்தளவாடங்களை ஏற்றிச் செல்லும் ரயில் மற்றும் பேருந்துகளை மேற்கொண்டு

செல்லமுடியாதபடி பாதைகளையும் பாலங்களையும் தகர்த்தல்.

12. மக்கள் நடமாட்டமில்லாத தொலைதூரங்களில் தனியாக நிறுவப்பட்டிருக்கும் ரயில் நிலையங்கள் மற்றும் சிறைச் சாலைகளைத் தகர்த்தல் (துரைசாமி. சு 115–116).

பொதுமக்கள் கிளர்ந்தெழுவதற்கு நேதாஜியின் மேற்கூறிய வழிகாட்டுதல்களும் தூண்டுதலாக அமைந்தன. எனவேதான் நேதாஜியின் வானொலி உரையைக் கேட்டு அதைப் பொது மக்களுக்கு எடுத்துரைப்பதை ஆங்கில அரசு குற்றமாகக் கருதியது.

தூத்துக்குடி பொன்னுச்சாமி நாடார் என்பவர் தீவிரமான காங்கிரஸ்காரர். இவரது வீட்டில் வானொலிப்பெட்டி இருந்தது. அக்காலத்தில் வளம் படைத்தவர்கள் வீட்டில் மட்டுமே வானொலிப் பெட்டி இருக்கும் என்பதுடன், அதை வீட்டில் வைத்திருக்க உரிமம் வாங்க வேண்டும். ஆண்டுதோறும் கட்டணம் கட்டி உரிமத்தைப் புதுப்பிக்கவும் வேண்டும். நேதாஜி சுபாஸ் சந்திர போஸ் பெர்லின் வானொலியில் பேசிய உரையைத் தூத்துக்குடியைச் சேர்ந்த பொன்னுச்சாமி நாடார் பொதுக் கூட்டத்தில் பேசும்போது குறிப்பிட்டார். இந்த அரச நிந்தனைக் குற்றத்திற்காக அவர் கைது செய்யப்பட்டு வேலூர் சிறையில் அடைக்கப்பட்டார். அவர் சிறையிலிருக்கும்போது ஆளுநரின் ஆணைப்படி அவரது வானொலி உரிமம் ரத்து செய்யப்பட்ட துடன், வானொலியையும் பறிமுதல் செய்து எடுத்துச் சென்று விட்டனர்.

   ஆ. சிவசுப்பிரமணியன்

தமிழ்நாட்டில் ஆகஸ்ட் 42 இயக்கம்

இந்தியாவின் விடுதலை இயக்கப் போராட்ட வரலாற்றில் தமிழ்நாட்டிற்குக் குறிப்பிடத்தக்க இடம் உண்டு. காங்கிரஸ் இயக்கம் உருவாவதற்கு முன்னர் தொடங்கி 1942 ஆகஸ்ட் போராட்டம் வரை இதன் பங்களிப்பைப் புறக்கணித்துவிட முடியாது. டேவிட் ஆர்னால்டு இந்தியாவின் பிற பகுதிகளில், குறிப்பாக வட இந்தியாவில் நிகழ்ந்த ஆகஸ்ட் போராட்ட நிகழ்வு களுடன் தமிழ்நாட்டில் நிகழ்ந்த ஆகஸ்ட் போராட் டத்தை ஒப்பிட்டு, தமிழ்நாட்டின் பங்களிப்பு குறைந்த அளவிலேயே இப்போராட்டத்தில் இருந்துள்ளதாகக் குறிப்பிடுகிறார். அகில இந்திய அளவில் ஒப்பிடும் பொழுது தமிழ்நாட்டின் பங்களிப்பு குறைவானதாகக் காட்சியளிக்கலாம். ஆனால் தமிழ்நாட்டு நிகழ்வுகளைத் தொகுத்துப் பார்க்கும்போது மாணவர்கள், தொழிலாளர் கள் ஆகியோரின் பங்களிப்பு குறிப்பிடத்தகுந்த அளவில் இருந்துள்ளதை அறிய முடியும். அனைத்து நிகழ்வுகளை யும் விரிவாக ஆராயவும் இடம் உண்டு.

என்றாலும் சில குறிப்பிட்ட நிகழ்வுகள் மட்டுமே இங்கு சுட்டிக்காட்டப்படுகின்றன. திருநெல்வேலி மாவட் டத்தின் தேரிக்காட்டுப் பகுதிகளில் நிகழ்ந்த சில நிகழ்வுகள், இராமநாதபுரம் மாவட்டத்தில் நிகழ்ந்த மக்கள் எழுச்சி, கோவை மாவட்டத்தில் நிகழ்ந்த இராணுவத் தளவாடங்களை ஏற்றி வந்த சரக்கு இரயில் கவிழ்ப்பு, சூலூர் விமானப் படைத்தளம் மீதான தாக்குதல் ஆகியன இங்கு அறிமுகப்படுத்தப்படுகின்றன.

குலசேகரன்பட்டினம், லோன் கொலைவழக்கு

அன்றைய திருநெல்வேலி மாவட்டத்தின் தென்கிழக்குப் பகுதி பனைமரங்கள் மிகுதியாக வளர்ந்திருந்த செம்மணல் குன்றுகளைக் கொண்ட பகுதியாக விளங்கியது. ஆங்கில அரசு 'பனைமரக்காடுகள்' என்று இப்பகுதியைக் குறிப்பிட, தேரிக்காடு என்று மக்கள் அழைத்தனர். இப்பகுதியில் வாழ்ந்த மக்களில் பெரும்பான்மையினர் நாடார் சமூகத்தைச் சார்ந் தவர்கள். பொருளியல் நிலையில் மிகவும் பின்தங்கிய பகுதி யாகத் தேரிக்காடு அப்போது இருந்தது.

தேரிக்காடுப் பகுதியில் சாத்தான்குளம், மெஞ்ஞானபுரம், குலசேகரன்பட்டினம், உடன்குடி ஆகிய சிறு நகரங்கள் இருந்தன.

இப்பகுதியில் வாழ்ந்த இளைஞர்கள் 42 ஆகஸ்ட் போராட் டத்தில் ஒரு குழுவாக இணைந்து செயல்படத் தொடங்கினர். இந்திய நாட்டின் பிற பகுதிகளில் நடந்தது போல் இங்கும் பல வன்முறைச் சம்பவங்களை இக்குழுவினர் மேற்கொண் டனர். உடன்குடி, காலன்குடியிருப்பு, செட்டியாபத்து, கொட்டாங்காடு ஆகிய ஊர்களிலுள்ள கள்ளுக்கடைகளுக்குத் தீ வைத்தனர். இதன் தொடர்ச்சியாக, செய்திப் போக்கு வரத்தைச் சீர்குலைக்கும் வழிமுறையாகத் திருச்செந்தூர், குலசேகரன்பட்டினம் சாலையிலுள்ள ஆலந்தலை என்ற கடற்கரைக் கிராமத்திலிருந்து குலசேகரன்பட்டினம் வரை யுள்ள தந்திக் கம்பங்களில் இருந்த தந்திக் கம்பிகளை அறுத் தெறிந்தனர்.

மெஞ்ஞானபுரம் ஊரில் உள்ள அஞ்சல்நிலையத்தைச் செப்டம்பர் பதினாறாம் நாள் இரவு தாக்கினர். தந்தித் தொடர்பை நிறுத்தும் வழிமுறையாகத் தந்திக் கம்பிகளை வெட்டினர். அஞ்சல்நிலைய அதிகாரி தம் துப்பாக்கியால் சுட்டார். பதிலுக்குப் போராட்டக்காரர்களும் ஆகாயத்தை நோக்கிச் சுட்டனர்.

சீர்திருத்தக் கிறித்தவர்கள் மிகுதியாக வாழும் ஊர் மெஞ்ஞானபுரம். இன்றுவரை கிறித்தவர்கள் மிகுதியாக வாழும் ஊர்களில் ஒரு பழக்கம் உண்டு. அதன்படி வழிபாட்டு நேரம் அல்லாத நேரங்களில் அது இரவானாலும், பகலானா லும் கோவில் மணி திடீரென்று அடிக்கப்பட்டால் ஊர் மக்கள் அனைவரும் கோவில்முன் திரள்வர். துப்பாக்கி சுடும் சத்தம் கேட்டவுடன் அங்கிருந்த தேவாலய மணியை அடிக்கத் தொடங்கினர். மணி ஓசையைக் கேட்ட ஊர் மக்கள் திரளத் தொடங்கினர். தங்கள் பக்கம் கூட்டம் வருவதைக் கண்டவுடன் ஸ்பிரிட்டைத் தரையில் ஊற்றித்

   ஆ. சிவசுப்பிரமணியன்

தீ வைத்தனர். தீயைக் கண்டு ஊர் மக்கள் திகைத்து நின்ற வாய்ப்பைப் பயன்படுத்திக்கொண்டு போராட்ட வீரர்கள் தப்பி வந்தனர்.

மெஞ்ஞானபுரம் ஊரில் பெற்ற அனுபவத்தின் அடிப்படை யில் தங்களிடம் மேலும் துப்பாக்கிகள் வேண்டும் என்ற முடிவுக்கு இக்குழு வந்தது. இம்முடிவை நிறைவேற்றும் வகையில் குலசேகரன்பட்டினம் உப்பளத்திலிருந்து துப்பாக்கி களைக் கொள்ளையடிக்கத் திட்டமிட்டனர். வெள்ளையர் ஆட்சி இந்தியாவில் நிலைபெற்ற பின்னர் உப்பு உற்பத்தியை அரசின் உரிமையாக அறிவித்திருந்தது. அந்நிலங்களைக் குத்தகைக்கு விட்டது. குத்தகைக்கு எடுத்தவர்கள் உப்பளங் களில் எடுத்த உப்பை வெள்ளையரசுக்கு விற்க வேண்டும். அரசு அதை வாங்கி உயர்ந்த விலைக்கு விற்று, பெருத்த ஆதாயம் பெற்றது. அத்துடன் உப்புக்கு வரியும் விதித்தது. இவற்றை யெல்லாம் நடைமுறைப்படுத்த 'உப்புத்துறை' என்ற பெயரில் ஒரு துறையை உருவாக்கியிருந்தது. குலசேகரன்பட்டினத்தில் இருந்த உப்பளங்களைக் கண்காணிக்க உப்புத்துறை அலுவலக மும் பணியாளர் குடியிருப்பும் இருந்தன. டபிள்யூ. லோன் என்ற ஆங்கிலேயர் உதவி உப்பு இன்ஸ்பெக்டராக இருந்தார்.

குலசேகரன்பட்டினம் சிறுநகரம் என்பதால் இந்த ஆங்கில அதிகாரிக்கு வெளியில் அதிகமாகப் பழக்கம் கிடை யாது. அருகிலுள்ள குலசேகரன்பட்டினம் காவல் நிலையத் திற்கு மாலை நேரத்தில் சென்று அங்குள்ள உதவி ஆய்வாள ருடன் உரையாடுவது வழக்கம். காவல்நிலைய உதவி ஆய்வாள ராக இருந்தவர் பி.ஏ. பட்டதாரியான இராமலிங்கம் பிள்ளை என்பவராவார். அக்காலத்தில் இளங்கலைப் படிப்பு முடித் தவர்கள் உதவி ஆய்வாளராக வருவதில்லை. விதிவிலக்காகச் சிலர் மட்டுமே இப்பதவியை விரும்பி வருவர். மதுரை அமெரிக்கன் கல்லூரியில் பட்டப்படிப்பை முடித்தவர் என்ற நிலையில் ஆங்கிலத்தில் உரையாடும் ஆற்றல் வாய்ந்தவராக இருந்தமையால் இராமலிங்கம் பிள்ளையும் உதவி உப்பு இன்ஸ்பெக்டர் லோனும் நெருங்கிய நண்பர்களாக இருந்தனர். செப்டம்பர் 19 ஆம் நாள் வழக்கம்போல் உரையாடிவிட்டு ஏழு மணி அளவில் லோன் தன் வீட்டிற்குச் சென்றார். அன்று இரவு பன்னிரண்டு மணிக்கு அறுபதுக்கும் மேற்பட்ட வர்கள் கூடித் திட்டம் தீட்டினர். அதன்படி உப்பளத்திற்குச் சென்று,

போலீஸாரை இருவர் பிடித்துக்கொள்வது, ஒருவர் கட்டுவது; கட்டிய பின், அங்கிருக்கும் துப்பாக்கிகளை எடுத்துக்கொண்டு வந்துவிடுவது

   ஆகஸ்ட் போராட்டம்

என்று முடிவாயிற்று. உப்பளப் பகுதியின் முக்கிய நுழை வாயிலைத் தாக்குவதற்கு வி.மந்திரம் என்பவர் தலைமையில் பதினைந்து போராளிகளும் உப்பளத்திற்குள் வருவதற்குத் திரு. பி.எஸ். ராஜகோபால் தலைமையில் ஐம்பத்திரண்டு போராளிகளும் செல்வது என முடிவு செய்தனர். இதன்பின் நிகழ்ந்த நிகழ்வுகளை வி.மந்திரம் வாயிலாகக் கேட்போமே.

சரியாக இரவு 3 மணியானதும் நாங்கள் மெயின் கேட்டை அடைந்தோம். உட்பக்கமாக வந்துகொண் டிருந்தவர்கள் அங்கு வருவதற்குத் தாமதமானதால், நாங்கள் சற்றுப் பொறுமையுடனிருந்தோம். அதுசமயம், வேதமணி என்ற பெட்டி ஆபிசர் 3 தடவை மணி அடித்து விட்டுப் போய்ப் படுத்துக்கொண்டார்.

உட்பக்கமாய் வந்துகொண்டிருந்த கூட்டம், எங்கள் சமீபம் வந்ததை அறிந்த நாங்கள், மெயின் கேட்டை உடைத்துக்கொண்டு உள்ளே புகுந்தோம். எங்கள் திட்டம் சுறுசுறுப்படைந்தது. திட்டப்படியே போலீசார் கட்டப் பட்டனர். அங்கிருந்த 9 துப்பாக்கிகளும் தோட்டாக்களும் கைப்பற்றப்பட்டன. அதே சமயத்தில், செட்டில் தீ வைக்கப்பட்டது. இந்நேரத்தில், இரு போலீசார் அத்து மீறவே, வேதமணி, வேல்கோனார்* இருவருக்கும் அரிவாளால் வெட்டு விழுந்தது. வேதமணி அவஸ்தைப் படுவதைப் பார்த்து, என் துண்டைக் கொண்டு காயம் பட்ட இடத்தைக் கட்டினேன்.

செட்டில் தீ வைக்கப்பட்டதும், பக்கத்தில் கட்டுண்டிருந்த போலீஸ்காரர்களைக் காப்பாற்ற, தூரத்தில் அவர்களைத் தூக்கி வைத்துக்கொண்டிருந்தேன். கடைசியாக வேத மணியைத் தூக்கும் சமயம், சால்ட் உதவி இன்ஸ் பெக்டர் டபிள்யூ. லோன் வரவே, அந்த இடத்திலேயே வேதமணியை வைத்துவிட்டு, நண்பர் ராஜகோபாலிடம், இன்ஸ்பெக்டர் வரும் செய்தியைச் சொன்னேன்.

உடனே நாங்கள் நான்கு பேராக மெயின் கேட்டுப் பக்கம் வந்தோம். இ.பி. தங்கவேல் கேட் கல் பக்கம் மறைந்தார். காசிராஜன், மற்றொரு கல் பக்கம் மறைவில் உட்கார்ந்துகொண்டார். நானும் ராஜகோபாலும் கேட்டின் மத்தியில் நின்றுகொண்டு இன்ஸ்பெக்டர் வருவதைப் பார்த்துக்கொண்டிருக்கும் சமயம், அவர் எங்கள் இருவரையும் நோக்கிச் சுட்டார். எங்கள் மீது

---

* உப்பளத்துறையில் பணிபுரியும் சிப்பாய்கள்

 ஆ. சிவசுப்பிரமணியன்

புகைதான் அடித்தது, குண்டு படவில்லை. உடனே, நான் பேட்ரி லைட்டை அடித்தேன்; ராஜகோபால் சுட்டார். குண்டு லோனின் தலைக்கு மேல் போய்விட்டது. எங்கள் செய்கையினால் ஆத்திரம் கொண்ட லோன், துப்பாக்கியில் மாட்டியுள்ள பைனட்டால் ராஜகோபாலைக் குத்துவதற்காகப் போனார். நான் தடுத்தேன். உடனே என்னைப் பைனட்டால் குத்தவே நான் என் கையிலிருந்த ஆயுதத்தால் தடுத்தேன். எனினும் என் மார்பில் அரை யங்குலம் இறங்கிவிட்டது, அவரது பைனட். மேலும் பைனட்டைத் தட்டியதாலேயே இடது புஜத்தில் சிறிய காயத்தோடு தப்பினேன். ஆனால் நான் திரும்புவதற்குள் என் முதுகில் குத்திவிட்டார். அந்தக் குத்துடன் உப்புப் பாத்தியில் இடறி விழுந்த என்னைப் பிட்டியில் மிதித்துக் கொண்டு என்னைக் குத்த லோன் பைனட்டை ஓங்கிய சமயம், காசிராஜன் கண்டகோடாரியினால் லோனின் கையை வெட்டவே, பைனட் என் சட்டையைத் துளைத்துக் கொண்டு பூமியில் இறங்கிவிட்டது. வெட்டுப்பட்ட லோன் திரும்பியபோது அவரது வலது விலாப்பக்கம், இ.பி. தங்கவேல், வேல்கம்பால் இரு தடவை குத்தினார். வேல் உள்ளேயே இருந்துகொள்ளவே, லோன் அதிர்ந்து மீண்டும் திரும்பினார். அவரது மண்டை, மார்பு மற்றும் பல இடங்களில் வெட்டுகள் விழுந்தன. 'ஆண்டவனே' என்று கதறிக்கொண்டு, என் அருகே விழுந்து உயிர் விட்டார், சால்ட் இன்ஸ்பெக்டர் லோன்.

என் சட்டையைப் பிய்த்துக்கொண்டு தரையில் இறங்கிய துப்பாக்கியை ராஜகோபால் எடுத்துவிட்டு என்னைத் தூக்கினார். பட்ட காயங்களுடன் யாவரும் வெளியே வந்துசேர்ந்தோம்.

எடுத்த ஆயுதங்களைப் பந்தோபஸ்தாக வைப்பதற்காக, சித்துவிளை பெரிய நாடார் பார்வையில் வைத்துவிட்டு, அங்கிருந்து தனித்தனியே பிரிந்து சென்றோம். ஒரு வாரத்தில் மறுபடியும் கூட வேண்டும் என்றும், திருச்செந்தூர் தாலுகா ஆபிசைத் தாக்க வேண்டும் என்றும் திட்டம் போட்டபின் புறப்பட்டோம்.

துப்பாக்கிச் சத்தமும் கூச்சலும் காவல் நிலையத்திற்கு எட்டியது. காவல் நிலையத்தை ஒட்டி இருந்த உதவி ஆய்வாளர் குடியிருப்பில் உறங்கிக்கொண்டிருந்த உதவி ஆய்வாளர் இராம லிங்கம் பிள்ளையும் துப்பாக்கி ஓசையையும் கூச்சலையும் கேட்டு விழித்தெழுந்து காவல் நிலையத்திற்குள் வந்தார். அங்கிருந்த காவலர்களால் என்ன நிகழ்ந்தது என்று உறுதி

   ஆகஸ்ட் போராட்டம்

யாகச் சொல்ல முடியாத நிலையில், உப்பளப் பகுதியில்தான் ஏதோ பிரச்சனை என்ற செய்தியைச் சிலர் காவல்நிலையம் வந்து கூறினர். அக்காலகட்டத்தில், 'குற்றப் பரம்பரையினர்' என்று சில சமூகத்தினரை வகைப்படுத்தி, தம் கைரேகையை அவர்கள் கட்டாயம் பதிவு செய்ய வேண்டும் என்ற சட்டம் நடைமுறையில் இருந்தது. சிடி ஆக்ட் (Criminal Tribes Act) என்ற பெயரிலான இச்சட்டம் ஆங்கில ஆட்சி உருவாக்கிய மோசமான சட்டங்களுள் ஒன்று. இச்சட்டத்தை வெள்ளை யரசின் காவல் துறை மிக மோசமாகப் பயன்படுத்திக் கொண்டது. இச்சட்டத்தின்படி நடக்க முடியாத முதியவர் களைத் தவிர இச்சட்டப் பிரிவின்கீழ் வரும் ஆண்கள் நாள்தோறும் காவல் நிலையத்தில் வந்து, தான் ஊரில் இருக்கிறேன் என்பதைத் தெரிவிக்கும் வழிமுறையாகக் கையெழுத்திட வேண்டும் அல்லது ரேகையைப் பதிவு செய்ய வேண்டும். வெளியூர் செல்லுமுன் அனுமதி பெற்றே செல்ல வேண்டும். இதை மேலும் மோசமாக்கும் வகையில் இப்பிரிவின் கீழ் வருபவர்களை ஒவ்வொரு இரவிலும் காவல் நிலையத்தின் முன் பகுதியில் உறங்கும்படிக் கட்டளையிடுவர். குலசேகரன்பட்டினம் காவல் நிலையத்திலும் இருபதுக்கும் மேற்பட்டவர்கள் உறங்கிக்கொண்டிருந்தனர். அவர்களைத் தட்டியெழுப்பி, காவலர்களையும் அழைத்துக்கொண்டு உப்பளப் பகுதிக்குச் சென்று பார்த்தபோது ஐம்பதுக்கும் மேற்பட்ட காயங்களுடன் லோனின் பிணத்தை இராமலிங்கம் பிள்ளை கண்டார்.

அப்போது குலசேகரன்பட்டினத்திற்கு வெகு தொலை வில் இருந்த திருவைகுண்டத்தில்தான் காவல் துறை ஆய்வாள ரும் துணைக் கண்காணிப்பாளரும் இருந்தனர். அவர்களுக்குச் செய்தி அனுப்பிவிட்டு வழக்கமான பிரேதப் பரிசோதனை நடந்தது. 'வெள்ளைச் சிப்பாயைக் கண்டஞ்சுவார்' என்று பாரதி பாடிய தமிழ் மண்ணில் ஒரு வெள்ளை அதிகாரி கொலை செய்யப்பட்டது ஆங்கில அரசுக்கு அதிர்ச்சியையும், கோபத்தையும் அளித்தது. எனவே காவல்துறையின் தேடுதல் வேட்டை மிக வேகமாகத் தொடங்கியது. செப்டம்பர் இருபத் திரண்டாம் நாள் ராஜகோபாலும், வேறு சிலரும் என, நூற்றிப்பதினைந்து பேர் கைது செய்யப்பட்டனர். இவர்களில் பலர் மேற்கூறிய நிகழ்வுகளுடன் தொடர்பில்லாதவர்கள். காங்கிரஸ் கட்சியில் உறுப்பினர்களாகவோ, அனுதாபிகளா கவோ இருந்த காரணத்திற்காக இவர்களில் பலர் கைது செய்யப்பட்டனர்.

குலசேகரன்பட்டினத்திற்கு அருகிலுள்ள சிறு நகரம் உடன்குடி. இங்குள்ள இளைஞர்கள் குலசேகரன்பட்டினம்

குலசேகரன்பட்டினத்திலுள்ள லோன் கல்லறை

நிகழ்வில் ஈடுபட்டுள்ளதாகக் காவல்துறை கருதினாலும் உடன்குடிக்குள் உடனே நுழையவில்லை. ஏனெனில் குலசேகரன் பட்டினத்திலிருந்து கவர்ந்துவந்த துப்பாக்கிகள் இங்கு இருக்குமென்று அஞ்சினர். இங்கு தேடுதல் வேட்டையைத் தொடங்கினால் துப்பாக்கிகளைப் பயன்படுத்தி எதிர்த் தாக்குதல் நடத்துவர் என்றும் அஞ்சினர். ஆனால் குலசேகரன் பட்டினம் நிகழ்வு நடந்து ஒரு வாரம் கடந்த பின்னர் சித்துவிளை என்ற கிராமத்தின் அருகிலுள்ள கிணற்றிலிருந்து துப்பாக்கிகள், ரிவால்வர், வேல்கம்பு, கண்டகோடாரி, வாள் ஆகிய ஆயுதங்கள் கைப்பற்றப்பட்டன. இதனால் காவல் துறையினர் பயம் தெளிந்து தம் தேடுதல் வேட்டையைத் தொடங்கினர். எம்.எஸ்.பி. என்று சுருக்கமாக அழைக்கப்பட்ட மலபார் சிறப்புக் காவல்படை இத்தேடுதல் வேட்டைக் கென்றே வருவிக்கப்பட்டது.

தனது ஆட்சியை நிலைநிறுத்திக்கொள்ளும் வழிமுறை களில் ஒன்றாக, கொடும் குற்ற மனப்பான்மை கொண்டவர் களைத் தேர்ந்தெடுத்து அவர்களுக்குச் சீருடை வழங்கி இப்பிரிவை வெள்ளையரசு உருவாக்கியிருந்தது. இப்பிரிவின் துணையுடன் உதவி ஆய்வாளர் இராமலிங்கம் பிள்ளை, ஆய்வாளர் சிவானந்தம் பிள்ளை, துணைக் கண்காணிப்பாளர் அப்பாத்துரைப் பிள்ளை ஆகியோர் தலைமையில் செயல் பட்ட எம்.எஸ்.பி. போலீசார் தேடுதல் வேட்டை என்ற பெயரில் கொள்ளைக் கூட்டம்போல் செயல்பட்டனர்.

அரிசிப் பானைகளில் இட்டு வைக்கப்பட்ட நகை, பணம் ஆகியனவற்றைக் கொள்ளையடித்தனர். மண்பானை களை அடித்து நொறுக்கினர். பனங்கற்கண்டு நிரம்பிய பானைகளையும் தமக்குத் தேவையான உலோகப் பாத்திரங் களையும் லாரிகளில் வாரிச் சென்றனர். தமது முகாம்களில் உணவு சமைக்க அரிசி, ஆடு, கோழி ஆகியனவற்றையும் ஏற்றிச் சென்றனர். சில இடங்களில் பெண்களின் மீது பாலியல் வன்முறையும் நிகழ்ந்தது. இவ்வாறு பாதிப்படைந்த கிராமங்கள் என்று, சிறு நாடார் குடியிருப்பு, மாதவன்குறிச்சி, தண்டவங்காடு, கொட்டங்காடு, உடன்குடி, செட்டியாபத்து, பரமன்குறிச்சி, படுக்கப்பத்து, தண்டுப்பத்து, சீர்காச்சி, சாத்துக்குடியிருப்பு, தருவை ஆகியவற்றை வி.மந்திரம் (1976;105) குறிப்பிடுகின்றார். திரு.மேகநாதன், திரு.மந்திரம் ஆகிய இருவரின் வீடுகள் இடிக்கப்பட்டன.

இவ்வாறு தேடுதல் வேட்டை நடத்தி நூற்றுக்கணக் கானவர்களைக் கைது செய்து விசாரணை என்ற பெயரில் சித்திரவதை செய்த பின்னர், பின்வரும் இருபத்தாறு பேர்களைக்

                                        ஆ. சிவசுப்பிரமணியன்

குற்றவாளிகள் என்று குற்றம்சாட்டினர்: இவ்வழக்கில் அரசு தரப்பில் இருபத்தியேழு பேரும், குற்றம் சாட்டப்பட்டோர் தரப்பில் பன்னிருவரும் சாட்சியளித்தனர். மேலே குறிப்பிட்ட ஒப்புதல் வாக்குமூலங்கள் தடயங்களாக நீதிபதியின் முன் வைக்கப்பட்டன.

<table>
<tr><td>1. ராஜகோபாலன்</td><td>14. செல்லத்துரை</td></tr>
<tr><td>2. காசிராஜன் என்ற ராமலிங்க நாடார்</td><td>15. நாராயணன்</td></tr>
<tr><td>3. ஏ.எஸ். பெஞ்சமின்</td><td>16. நெல்லையப்ப சேர்வை</td></tr>
<tr><td>4. ஆர். செல்லத்துரை</td><td>17. சிவந்திக்கனி என்ற முத்துமாலை நாடார்</td></tr>
<tr><td>5. கே. பொன்னையாநாடார்</td><td>18. தங்கசாமி நாடார்</td></tr>
<tr><td>6. பி. நாராயண பிள்ளை</td><td>19. மோட்டா என்ற ரத்தினசாமி</td></tr>
<tr><td>7. டி. தர்மம்கோயில் பிள்ளை</td><td>20. பூவலிங்க நாடார்</td></tr>
<tr><td>8. ரத்தினசாமி என்ற பெருமாள் நாடார்</td><td>21. லக்ஷ்மணன்</td></tr>
<tr><td>9. மகராஜ நாடார்</td><td>22. தங்கையா என்ற ஆசீர்வாத நாடார்</td></tr>
<tr><td>10. தேவஇரக்க நாடார்</td><td>23. காசி நாடார்</td></tr>
<tr><td>11. தங்கையா நாடார்</td><td>24. துரைசாமி நாடார்</td></tr>
<tr><td>12. ஆறுமுக நாடார்</td><td>25. லக்ஷ்மண நாடார்</td></tr>
<tr><td>13. கனி நாடார்</td><td>26. மந்திரகோன்</td></tr>
</table>

இவ்வழக்கின் குறிப்பிடத்தக்க செய்தியாகக் குற்றம் சாட்டப்பட்டவர்களிடையே நிலவிய சாதி, சமயம் கடந்த நட்புறவு அமைந்தது. இந்நிகழ்வுகள் நிகழ்ந்த பகுதி நாடார்கள் மிகுதியாக வாழும் பகுதி என்ற முறையில் நாடார் சமூகத்தைச் சேர்ந்தவர்களின் எண்ணிக்கை அதிக அளவில் இருந்தது. பரதவர், கோனார், சேர்வை, சைவ வேளாளர் எனப் பல்வேறு சாதியினரும் குற்றம் சாட்டப்பட்டவர்களின் பட்டியலில் இருந்தனர். குற்றம்சாட்டப்பட்டவர்களில் ஒருவர்கூடக் குற்றமேற்ற சாட்சியாக (Approver) மாறவில்லை என்பது குறிப்பிடத்தக்கது.

என்றாலும், இவ்வழக்கை விசாரிக்கச் சிறப்பு நீதிமன்றம் ஒன்று அமைக்கப்பட்டது. திருச்செந்தூர் இரண்டாம் நிலைக் குற்றவியல் நீதிபதியின் முன்பு ராஜகோபாலன், நாராயண பிள்ளை, தர்மம்கோயில்பிள்ளை, செல்லத்துரை, தேவ இரக்க நாடார், தங்கையா நாடார், ஆறுமுக நாடார், சிவந்திக்கனி நாடார் ஆகிய எண்மரும் ஒப்புதல் வாக்குமூலம் அளித்தனர்.

   ஆகஸ்ட் போராட்டம்

In the Court of the Special Judge, Tinnevelly.

Saturday, the 6th day of February, 1943.

PRESENT :— P. V. BALAKRISHNA AYYAR, ESQUIRE, M. A., I. C. S.,

Special Judae.

Special Criminal Courts Ordinance Case No. 1 of 1942.

Complainant. .... Rex. Sub Inspector of Police, Kulasekara-patnam (Crime No. 55 of 1942)

Accused. ....
1. **Rajagopalan.**
2. **Kasirajan** *alias* **Ramalinga Nadan.**
3. **A. S. Benjamin.**
4. **R. Chelladurai**
5. **K. Ponniah Nadan**
6. **P. Narayana Pillai.**
7. **D. Dharmam Koilpillai.**
8. **Ratnasami** *alias* **Perumal Nadan.**
9. **Maharaja Nadan.**
10. **Devairakka Nadan.**
11. **Thangiah Nadan.**
12. **Arumuga Nadan.**
13. **Gani Nadan**
14. **Chelladurai.**
15. **Narayanan.**
16. **Nellayappan Servai.**
17. **Sivanthigani** *alias* **Muthumalai Nadan.**
18. **Thangasami Nadan.**
19. **Ratnasami** *alias* **Motar.**
20. **Poovalinga Nadan.**
21. **Lakshmanan.**
22. **Thangiah** *alias* **Asirvadha Nadan.**
23. **Kasi Nadan.**
24. **Doraisami Nadan.**
25. **Lakshmana Nadan.**
26. **Manthira Kone.**

Accused 14, 24 and 25 discharged on 15—12—1942 under section 253(1), Cr. P. C.

குலசேகரன்பட்டினம் லோன் கொலை வழக்குத் தீர்ப்பின் முதல் பக்கம்.

ஆ. சிவசுப்பிரமணியன்

அவர்களாக விரும்பி அளித்ததாக நீதிமன்ற ஆவணத்தில் குறிப்பிடப்பட்டாலும், காவல் துறையின் கடுமையான சித்திரவதைக்கு ஆளாகியே ஒப்புதல் வாக்குமூலம் அளித் துள்ளனர்.

லோன் கொலை நிகழ்வின்போது குலசேகரன்பட்டினம் காவல் நிலைய உதவி ஆய்வாளராக இருந்தவர் இராமலிங்கம் பிள்ளை. காவல் துறைத் துணைக் கண்காணிப்பாளராக, இவர் பதவி உயர்வு பெற்று ஓய்வுபெற்ற பின்னர், 1980இல் இவரிடம் நேர்காணல் நிகழ்த்தியபோது, ஒப்புதல் வாக்குமூலத்திற்குப் பின்னால், காவல் துறையின் துன்புறுத்தல் இருந்ததையும், சிலரைக் குற்றமேற்ற சாட்சியாக மாற்ற முயற்சி செய்ததையும் பட்டும் படாமலும் ஒத்துக்கொண்டார்.

பாலகிருஷ்ணைய்யர் என்ற ஐ.சி.எஸ். அதிகாரி சிறப்பு நீதிபதியாகச் செயல்பட்டார். குற்றம் சாட்டப்பட்டவர் களுக்காக, பிராமணர், நாடார், பரதவர், தேவர், முதலியார் எனப் பல்வேறு சமூகப் பிரிவுகளிலிருந்து வாதாடிய வழக் கறிஞர்கள் கட்டணம் எதுவும் பெற்றுக்கொள்ளாமலேயே வாதாடினார்கள் என்பது குறிப்பிடத்தக்கது. 1943 பிப்ரவரி 6ஆம் நாள் இவ்வழக்கில் தீர்ப்பளிக்கப்பட்டது.

இதன்படி காசிராஜன், ராஜகோபாலன் என்ற இருவருக்கும் மரண தண்டனை விதிக்கப்பட்டது. பெஞ்சமின், செல்லத்துரை, தர்மம்கோயில் பிள்ளை, தங்கையா நாடார், சிவந்திக்கனி என்ற முத்துமாலை நாடார், மந்திரகோன் என அறுவருக்கு ஆயுள் தண்டனை விதிக்கப்பட்டது. தேவஇரக்க நாடார் என்பவருக்குப் பத்தாண்டுச் சிறைத்தண்டனையும் நாராயண பிள்ளை என்பவருக்கு ஐந்தாண்டும், மோட்டா ரத்தினசாமி, பூவலிங்க நாடார் என்ற இருவருக்கும் இரண்டாண்டுச் சிறைத் தண்டனையும் விதிக்கப்பட்டது. துரைசாமி நாடார், லக்ஷ்மண நாடார் என்ற இருவரும் பாதுகாப்புக் கைதிகளாக அலிபூர் சிறைக்கு அனுப்பப்பட்டனர். எஞ்சிய பன்னிருவர் விடுதலையாயினர்.

வழக்கில் முதல் இரண்டு குற்றவாளிகளான ராஜகோபாலன், காசிராஜன் என்ற ராமலிங்க நாடார் ஆகிய இருவரும் மரண தண்டனையை எதிர்த்து மேல்முறையீடு செய்ததில் ஃபெடரல் நீதிமன்றமும் பிரிவிக் கவுன்சிலும் தூக்குத் தண்டனையை உறுதி செய்தன. இம்மேல் முறையீட்டு வழக்கை நடத்தியவர்களில் ஒருவர், பின்னால் இந்தியக் குடியரசுத் தலைவரான ஆர்.வெங்கட்ராமன்.

இவ்விரு இளைஞர்களுக்கும் ஆதரவாக மக்கள் கருத்து உருவானது. 'இந்து' நாளேட்டில் இது குறித்து 1944 மே

4ஆம் நாள் 'குலசேகரப்பட்டினம் வழக்கு' என்ற தலைப்பில் தலையங்கம் வெளியானது (பின்னிணைப்பு – 1) பொது மன்னிப்பு வழங்குவதற்குத் தகுதியான வழக்கு என்று அதில் குறிப்பிடப்பட்டிருந்தது.

1947இல் இந்தியா விடுதலை பெற்ற பின்னர், கவர்னர் ஜெனரலாகப் பதவி வகித்த இராஜாஜி, அப்பதவிக்குரிய சிறப்பதிகாரத்தைப் பயன்படுத்தி ராஜகோபாலன், காசி என்ற இருவரையும் மரண தண்டனையில் இருந்து விடுவித்தார்.

இராமநாதபுரம் மாவட்டத்தின் பங்களிப்பு

வெள்ளையனே வெளியேறு இயக்கத்தில் அன்றைய இராமநாதபுரம் மாவட்டம் குறிப்பிடத்தக்க வகையில் தன் பங்களிப்பைச் செய்தது. ராஜபாளையம், காரைக்குடி, தேவ கோட்டை, திருவாடனை, பூலான்குறிச்சி ஆகிய ஊர்களில் இவ்வியக்கத்தின் தாக்கம் மிகுந்திருந்தது.

17.08.1942இல் தேவகோட்டையில் செயல்பட்டுவந்த உரிமையியல் நீதிமன்றம் தீக்கிரையாக்கப்பட்டது. இது திட்டமிடப்பட்ட நிகழ்ச்சியல்ல. 'ராம விலாஸ்' என்ற பெயரில் பேருந்துகளை இயக்கிவந்த நிறுவனம், கைது செய்யப்பட்ட விடுதலைப் போராட்ட வீரர்களைச் சிறைச்சாலைக்குக் கொண்டுபோக, தன் பேருந்துகளைக் கொடுத்துதவிவந்தது. இதனால் ஆத்திரம் கொண்ட மக்கள் கூட்டம் அந்நிறுவனத்தின் இரண்டு பேருந்துகளைக் கொளுத்தியது. அத்துடன் அந் நிறுவனத்தின் அலுவலகத்தையும் சூறையாடியது (சபாபதி 1976:700).

இதைக் கண்ணுற்ற திருவாடனை குற்றவியல் நீதிபதியான வாக்கர், ஆய்வாளர் வீராசாமி அய்யர், உதவி ஆய்வாளர் சம்ருதின் ஆகியோர் கண்மூடித்தனமாகச் சுட்டனர். இதில், பூங்கா ஒன்றின் அருகில் நின்றுகொண்டிருந்த வி.தர்மராஜ் என்ற இருபத்தியைந்து வயது இளைஞர் உயிரிழந்தார். காலில் குண்டடிபட்டு வீழ்ந்த பதினாறு வயதுப் பையனுக்குத் தண்ணீர் கொடுக்கப்போன அவனது நண்பனும் சுடப்பட்டான். இதனால் ஆத்திரமுற்ற மக்கள் நீதிமன்றத்திற்குள் நுழைந்து ஆவணங் களுக்கும், கட்டிடத்திற்கும் நெருப்பு வைத்தனர். சுவர் ஏறிக் குதித்துத்தான் நீதிபதியும் நீதிமன்ற ஊழியர்களும் தப்பித்தனர் (மேலது).

இந்நிகழ்வையடுத்து காவல் துறையின் அடக்குமுறை மட்டு மீறியது. இந்நிகழ்ச்சியில் பங்கேற்ற வென்னியூர் முனியப்பத்தேவர்,

   ஆ. சிவசுப்பிரமணியன்

சிவஞானம் என்ற இருவரும் புதுக்கோட்டையில் தலைமறைவாக இருந்தனர். இதையறிந்த காவல் துறை உதவி ஆய்வாளர்களான நடராஜபிள்ளை, இராமய்யாபிள்ளை என்ற இருவரும் அங்கு சென்று இருவரையும் கைது செய்து அழைத்து வரும்போது, லட்சுமிபுரம் காட்டில் பனைமரத்தில் கட்டி வைத்துச் சுட்டுக் கொன்றனர். இந்நிகழ்ச்சியைக் குறிப்பிடும் எல்.சபாபதி (1976:701), 'வெள்ளையர் ஆட்சியில் வேலை உயர்வு பெற இதுவும் ஒரு குறுக்கு வழி போலும்' என்கிறார். (நாடு விடுதலை பெற்ற பிறகும் இக்குறுக்குவழி மறையவில்லை.)

திருவாடனைச் சிறை உடைப்பு

1942 ஆகஸ்ட் பதினெட்டாம் நாளன்று ஏறத்தாழ ஆயிரம் பேர் கொண்ட கூட்டம் திருவாடனைக் காவல் நிலையத்தி லுள்ள துப்பாக்கிகளையும், தோட்டாக்களையும் கைப்பற்றியது. துணை வட்டாட்சியரின் அலுவலகத்திற்குத் தீ வைத்தது. கிளைச் சிறைச்சாலையைத் திறந்ததுடன், இந்தியாவிற்கு விடுதலை கிடைத்துவிட்டது என்று கூறி சிறையிலிருந்த இருபது கைதிகளை விடுவித்து அனுப்பியது.

கிளைக் கருவூலத்தை உடைத்து, அதிலிருந்த 1600 ரூபாயை எடுத்துக்கொண்டனர். 13400 ரூபாய் அடங்கிய இரும்புப் பெட்டி மட்டும் உடைக்கப்படவில்லை. திருவாடனையில் இருந்த அனைத்து அரசு அலுவலகங்களும் தாக்குதல்களுக் காளாகி, அரசின் ஆவணங்கள் எரியூட்டப்பட்டன. அஞ்சல் அலுவலகமும் தாக்குதலுக்காளாகியது. காவல் துறை நடத்திய துப்பாக்கிச் சூட்டில் இருவர் காயமுற்றனர். ஆனால் போராட்டக்காரர்கள் அவ்விருவரையும் தூக்கிச் சென்று விட்டனர்.

இராமநாதபுரம் மாவட்டத்தில் ஆங்கில அரசின் காவல் துறை நடத்திய கொடூரமான சித்திரவதைகளை எல்.சபாபதி (1976:704) ஆவணப்படுத்தியுள்ளார். அவை வருமாறு:

- சில பெண்களை, பலரின் முன் நிறுத்தி, நிர்வாண மாக்கி அவர்களின் பெண்குறிகளைத் தீயைக்கொண்டு சுட்டுப் பொசுக்கினர்.

- சில ஆண்களையும், பெண்களையும் நிர்வாணமாக்கி, அவர்களுடைய மறைவிடங்களில் குச்சிகளைக்கொண்டு மிளகாய்ப் பொடியைத் திணித்து சித்திரவதை செய்தனர்.

- தலைகீழாகச் சிலரைத் தொங்கவிட்டு அவர்களுடைய வாயிலே செருப்புகளைத் திணித்து, அவர்கள் மூர்ச்சை யாகும்வரை அடித்தார்கள்.

இக்கொடுமைகள் மட்டுமின்றி, பெண்களின் மீது பாலியல் வல்லுறவுகளையும் நடத்தினர். இவற்றை எல்லாம் விரிவாகக் குறிப்பிட்டு, காவல் துறையைக் கண்டித்து தலையங்கம் ஒன்று 'பாரத தேவி' இதழில் வெளிவந்தது. இதற்காக அதன் ஆசிரியர் என். இராமரத்தினம், வெளியீட்டாளர் எஸ். வி. சாமி ஆகிய இருவரின் மீதும் குற்றவியல் வழக்கொன்றை ஆங்கில அரசு தொடுத்தது. அவ்வழக்கின் விசாரணையின்போது சில பெண்கள் அளித்த சாட்சியத்தை எல். சபாபதி 1976: 704 – 707) தமது நூலில் வெளியிட்டுள்ளார்.

ஆண்டிவயல் என்ற ஊரைச் சேர்ந்த காளியம்மாள் என்ற பெண் அளித்த சாட்சியம்:

என் கணவரைத் தேடிக்கொண்டு ஒரு வெள்ளைக்காரரும் சில போலீஸ்காரர்களும் எனது வீட்டிற்குள் நுழைந்தனர். என் கணவர் சந்தைக்குப் போயிருக்கிறார் என்று சொன்னேன். என்னை அவமானப்படுத்த வேண்டுமென்ற திட்டத்துடன் ஊர்க்குடும்பன் (ஹரிஜன்) ஒருவனையும் இழுத்துவந்து எங்கள் வீட்டிற்குள் நுழையும்படி அவனை வற்புறுத்தினர். இது பெரும் பாவம், அபசாரம் நான் நுழையவேமாட்டேன் என்று அவன் ஓடப்பார்க்கையில் அருகில் நின்ற போலிசார் அவனை அடித்து வீட்டிற்குள் தள்ளினார். நான் மார்புடன் அணைத்திருந்த என் கைக் குழந்தையை 'லவெட்' என்ற போலீஸ் சார்ஜெண்ட் பிடுங்கி வீசி எறிந்தான். அதற்கு மண்டையில் பலமான ரத்தக்காயம் ஏற்பட்டு அது கத்தித் தீர்த்தது. சோணை என்ற ஹரிஜனை விட்டு என் சேலையை அந்த வெள்ளைக்காரன் அவிழ்க்கச் சொன்னான். முதலில் தயங்கி நின்றவன் அடி பொறுக்கமாட்டாமல் என் சேலையை அவிழ்த்துவிட்டான். அவனைக்கொண்டே என்னைக் கட்டித்தழுவச் செய்தனர்! அவன் காலும் கையும் வெடவெடவென்று நடுங்கின. இந்நிலையில் எனக்குப் பாதி ஸ்மரணை போய்விட்டது. முடிவாக அந்த வெள்ளைக்கார சார்ஜெண்ட் என்னைத் தனிமையில் இழுத்துச் சென்றான்.

அந்த மிருகம் என்னைக் கீழே தள்ளி என் மேலே விழுந்ததும், நான் கத்தினேன்! கதறினேன்! திமிறினேன்! கெஞ்சினேன்! கடைசியில் மூர்ச்சையானேன்! அடிபட்ட காயங்களின் காரணமாய் நானும் என் குழந்தையும் நலிவுற்றோம். எங்களைப் போலீஸ் தரணாவிற்கு இழுத்துப் போய் 8 தினங்கள் வைத்திருந்தனர். எனக்கும் என் குழந்தைக்கும் ரத்தக்கடுப்பு ஏற்பட்டு உயிருக்கு ஆபத்தான

   ஆ. சிவசுப்பிரமணியன்

நிலை உண்டானவுடன் எங்களை வீட்டிற்கு அனுப்பி விட்டனர்.

காளியம்மாளின் மகள், பார்வதி, பருவம் அடையாத சிறுமி. அவளுக்கு நேர்ந்த அவலம் குறித்து அவள் அளித்த சாட்சியம்:

என்னையும், என் தாயையும் போலீஸ் ஸ்டேஷனில் பலநாள் வைத்திருந்தார்கள். தினம் தவராமல் என் தாயைத் தனிமையில் அழைத்துப் போவார்கள். பிறகு அவள், அலங்கோலமாய் அழுதுகொண்டும் தள்ளாடிக்கொண்டும் திரும்பி வருவாள். அந்நிலையில் என் தாயைக் காண என் உடம்பெல்லாம் நடுங்கும். 'கோ' வென்று அழுவேன்.

அதே வெள்ளைக்கார சார்ஜெண்ட் தினமும் இரவில் தன் அறைக்கு என்னை இழுத்துப்போவான். என் உடையை அவிழ்ப்பான்; என் உடம்பை அழுத்துவான்; என்னென்னமோ செய்வான். நான் அவனைக் காணும் போதெல்லாம் எமனைக் காண்பதுபோல் பயப்படுவேன். கெஞ்சிப் பார்ப்பேன்; அழுது பார்ப்பேன்; பாவி எதற்கும் இரங்கமாட்டான். என் நிலைகண்டு பரிதாபப்பட்ட சில போலீசார் என்னைத் தனிமையில் சந்தித்து, இனி அந்த வெள்ளை எருமை வந்து உன்னை நிர்ப்பந்தப் படுத்தினால் நீ உடனே கூப்பாடு போடு. நாங்கள் வந்து அந்த மிருகத்திற்கு சரியான பாடங் கற்பிக்கிறோம் என்று எனக்கு தைரியம் சொல்லிப்போயினர். கடைசியில் உதவிச் சிறை கண்காணிப்பாளர் இதனை அறிந்து, எங்களை ஓர் போலீஸ் காவலரின் வீட்டிற்கு இரவு நேரங்களில் அனுப்பிவந்தார்.

மாரியம்மாள் என்ற முப்பது வயது தலித் சமூகப்பெண் அளித்த சாட்சியம்:

வெள்ளை சார்ஜெண்டும் வேறு சில போலீசாரும் என் வீட்டிற்கு வந்தனர். என் புருஷனைப் பற்றி தகவல் ஏதுவும் எனக்குத் தெரியாதெனக் கூறவே, என்னை இழுத்துப்போய் பறையன் நாகன் வீட்டில் நுழைந்து, அங்கு இருந்தவர்களை விரட்டிவிட்டு தன் வெறியைத் தீர்த்துக்கொண்டான் அந்த வெள்ளையன்! எனது முகத்திலும், உடம்பிலும் பல காயங்கள் ஏற்பட்டு நான் மயக்கமடைந்தேன். இக்கொடுமைகள் பல நாட்கள் எனக்கு அவனால் தொடர்ந்தன. என் கணவன் கைதாகி, ஏழு ஆண்டு சிறைத்தண்டனை விதிக்கப்பட்ட பின்னரே போலீசார் என் வீடு தேடி வருவதை நிறுத்தினர்!

  ஆகஸ்ட் போராட்டம்

இக்கொடுமைகளை மட்டுமின்றி தலைமறைவானவர்களின் இருப்பிடத்தைக் கண்டுபிடிக்கவும், அவர்களைச் சரணடையச் செய்யவும் தமிழ்ச் சமூகத்தில் வேரோடியுள்ள தீண்டாமை என்ற சமூகக் கொடுமையையும் பழிவாங்கும் வழிமுறையாக வெள்ளையரசு பயன்படுத்திக்கொண்டது.

- அருந்ததியர் ஒருவரை இழுத்துவந்து, போராட்ட வீரர்களின் வாயில் அவரது ஆண் குறியைத் திணித்தனர்.

- அருந்தியர் சமூகப் பெண்களை வெற்றிலை போடச் செய்து, பின் பிடித்துவந்த பெண்களின் முகத்தில் துப்பச் செய்து, வெற்றிலைச் சாறு செந்நிறமாக வடியும் கோலத்தில் வெளியே அனுப்பியது.

- சிட்டு மீனா என்ற இரு பெண்களை ஊர் நடுவில் நிற்கச் செய்து, தலித் ஒருவரை இழுத்து வந்து, அவரை அடித்து இவ்விருவரது ஆடைகளையும் அவிழ்க்கச் செய்ததுடன், கட்டித் தழுவும்படியும் செய்தனர். பின்னர் பிச்சை என்ற அருந்ததியரை இவர்களது முதுகில் ஏற்றி ஊரைச் சுற்றி வரும்படி செய்தனர்.

காளியம்மாள் அளித்த சாட்சியத்திலும் இத்தகைய போக்கைக் காணமுடிகிறது.

கோவை மாவட்ட நிகழ்வு

நீலகிரி மாவட்டத்திலுள்ள அரவங்காடு என்ற இடத்தில் வெடிமருந்துத் தொழிற்சாலையொன்றை இராணுவத்தின் பயன்பாட்டிற்காக வெள்ளையரசு 1901ஆம் ஆண்டில் அமைத்திருந்தது. போர் நடந்துகொண்டிருந்தமையால் வெடிமருந்துகளின் தேவையதிகரித்திருந்தது. அரவங்காட்டில் தயாராகும் வெடிமருந்தைச் சரக்கு இரயில்களின் வாயிலாக ஏற்றியனுப்புவது வழக்கம். மிகவும் இரகசியமாய் இச்சரக்கு வாகனங்களின் இயக்கம் அமையும். கோவை மாவட்டத்திலுள்ள போத்தனூர் சந்திப்பு முக்கியமான இரயில் சந்திப்பு என்பதால் இதைக் கடந்தே சரக்கு இரயில்கள் செல்ல வேண்டும்.

13.08.1942 அன்று வெடிமருந்துகள் மற்றும் ஆயுதங்களுடன் கூடிய சரக்கு இரயில் ஒன்று போத்தனூரைக் கடந்து செல்கிறது என்ற செய்தியை இரயில்வே துறை அதிகாரி ஒருவரின் வாயிலாகக் கோவை மாவட்ட விடுதலைப் போராளிகள் அறியவந்தனர். வெடிமருந்து மற்றும் ஆயுதங்களுடன் செல்

 ஆ. சிவசுப்பிரமணியன்

லும் இரயிலைக் கவிழ்க்கத் திட்டமிட்டனர்*. இச்செயலின் விளைவாகத் தீ விபத்து நேரிட்டால் பொதுமக்களுக்கும் பாதிப்பு ஏற்பட்டுவிடக் கூடாது என்பதற்காக சிங்காநல்லூர் ஊருக்கு வெளியேயுள்ள பகுதியைத் தேர்ந்தெடுத்தனர்.

இரயில் பாதையைப் பராமரிக்கும் தொழிலாளிகள் தம் கருவிகளையெல்லாம் பெரிய பெட்டி ஒன்றில் போட்டுப் பூட்டியிருந்தனர். அன்றிரவு அப்பெட்டியின் காவலரைப் பிடித்து அவர் வாயில் துணியால் அடைத்துக் கையையும் காலையும் கட்டிப் போட்டனர். பின் அவரிடமிருந்த திறவு கோலைப் பறித்து பெட்டியைத் திறந்து கருவிகளை எடுத்தனர். பொதுமக்கள் பாதிக்கப்படக் கூடாது என்பதால் பயணிகள் இரயில் ஒன்று அப்பகுதியைக் கடந்து செல்லும் வரை காத்திருந்தனர். அது சென்ற பிறகு இரு தண்டவாளங்களையும் இணைக்கும் இருப்புத் தகடுகளை (fish plates) அகற்றினர்.

நள்ளிரவையடுத்துப் போத்தனூரிலிருந்து இராணுவத் தளவாடங்களுடன் புறப்பட்ட சரக்கு இரயில் இப்பகுதியை அடைந்ததும் அதன் பன்னிரண்டு பெட்டிகளுடன் தடம் புரண்டது. நினைத்ததை முடித்துவிட்ட மகிழ்ச்சியில் போராளிகள் அமைதியாகக் கலைந்து சென்றனர். இராணு வமும் காவல்துறையும் கண்ணில்பட்ட இளைஞர்களை யெல்லாம் தூக்கிச் சென்று விசாரணையென்ற பெயரில் அடித்து நொறுக்கியது. பலர் குற்றுயிரும் குறையுயிருமானார்கள்.

ஆயினும் எஞ்சிய போராளிகள் அஞ்சவில்லை. அடுத்த கட்டமாக சூலூர் விமானப்படைத் தளத்தைத் தாக்கத் திட்டமிட்டனர். 24.08.1942 அன்று இரவில் மண்ணெண் ணெய் டின் ஒன்றுடனும், முத்துகருப்பன் என்ற சலவைத் தொழிலாளி செய்துகொடுத்த துணிப்பந்தங்களுடனும் விமானப்படைத்தளம் நோக்கிப் புறப்பட்டனர்.

இரவு பத்து மணியளவில் இத்துணிப்பந்தங்களை மண் ணெண்ணெயில் நனைத்து, பின் அவற்றைக் கொளுத்தி விரைவாக விமானத்தளத்தின் மீது எறிந்தனர். முப்பது ஓலைக் கொட்டகைகள், 28 இராணுவ லாரிகள் எரிந்து சாம்பலாயின. உயிர்ப்பலி ஏற்பட்டுவிடக்கூடாதென்பதற்காகக் கொட்டகைக் குள் உறங்கிக்கொண்டிருந்தவர்களை எழுப்பிவிட்டனர். அதே நேரத்தில் இச்செய்தியை அவர்கள் உடனடியாக அரசு அதிகாரிகளுக்கு அறிவித்துவிடக் கூடாது என்பதற்காக

---

* ஆங்கில அரசின் ஆவணத்தில் கொச்சியிலிருந்து இச்சரக்கு இரயில் வந்ததாகக் குறிப்பிடப்பட்டுள்ளது. அரசு ஆவணம் குறிப்பிடும் செய்தி என்பதால் இதுவே சரியானது என்று ஏற்றுக்கொள்ளலாம்.

அவர்கள் ஓடிவிடாதபடி பார்த்துக்கொண்டனர். ஏனெனில் இச்செயலின் தொடர்ச்சியாகக் காவல்நிலையத்தைத் தாக்கி ஆயுதங்களைப் பறிமுதல் செய்வதும், கோவை மத்தியச் சிறைச் சாலையைத் தாக்கிக் கைதிகளை விடுவிப்பதும், அரசுக் கருவூலகத்தைக் கொள்ளையடித்து நிதி திரட்டுவதும் அவர்களின் அடுத்த திட்டங்களாக இருந்தன.

ஆனால் எப்படியோ ஒருவன் விமானப்படைத் தளத்திலிருந்து தப்பி ஓடத் தொடங்கினான். அவனைத் தடுத்து நிறுத்தும் வழிமுறையாக அவன்மீது கற்களை வீசியெறிந்தனர். இருட்டில் கற்கள் தன்மேல் படாது அவன் தப்பியோடிவிட்டான். இது ஓர் எதிர்பாராத நிகழ்வு. மற்றொரு எதிர்பாராத நிகழ்வாக வாகன ஓட்டுநர் இருவரும் கூலியாள் ஒருவரும் நெருப்பில் எரிந்து இறந்து போயினர். தப்பிச் சென்ற காவலாளி சூலூர் காவல் நிலையத்திற்குச் சென்று நடந்த நிகழ்வுகளைக் கூறினான். காவல்துறையினர் விரைந்து வந்தனர். எனவே மேலே குறிப்பிட்ட மூன்று திட்டங்களையும் கைவிட்டுத் தப்பியோடத் தொடங்கினர்.

ஓடத் தொடங்கியவர்களில் மாரப்பன், சின்னையன், ஆறுமுகம் என்ற மூவர் காவல்துறையின் கையில் சிக்கினர். அவர்களின் கொடிய சித்திரவதையைத் தாங்க முடியாத நிலையில் சிங்காநல்லூர் இரயில் கவிழ்ப்பு, சூலூர் விமானப் படைத்தள எரிப்பு என்ற இரு நிகழ்வுளிலும் தொடர்புடைய வர்களின் பெயர்களை விலாவாரியாகக் கூறினர்.

குருவிராசு என்பவர் விமானத்தளக் கண்காணிப்பாள ராகப் பணியாற்றி வந்தார். வே. ஆறுமுகம், தப்பட்டைத்தட்டி காளியப்பன் என்ற இருவரும் விமானத்தள மேற்பார்வை யாளராக இருந்தனர். இவர்கள் மூவரும் திட்டம்திட்டி விமானப்படை லாரிகளுக்கு முழு அளவில் பெட்ரோல் நிரப்பி வைத்திருந்தனர். இதற்காக இவர்களும் கைதாயினர் (புலவர் செந்தலை ந. கவுதமன் 1995 : 590 - 609).

கைதானவர்கள்மீது காவல்துறையினர் நிகழ்த்திய கொடுமைகளைப் புலவர் செந்தலை ந. கவுதமன் (1995 : 608) குறிப்பிடுவது வருமாறு:

நனைந்த செருப்பால் அடித்தனர்.

குப்புறப் படுக்கவைத்து உள்ளங்காலில் தடியால் தாக்கினர்.

மல்லாக்கப் படுக்கவைத்து உடல்மீது உலக்கையை உருட்டினர்.

                          ஆ. சிவசுப்பிரமணியன்

தாகத்திற்குத் தண்ணீர் கேட்டோரைக் கட்டாயப்படுத்திச் சிறுநீர் பருக வைத்தனர்.

இருகூர் அங்கணத்தேவர் வீட்டில் திருமணத்திற்காக வாங்கி வைத்திருந்த அரிசி, பருப்பு, துணிமணி அனைத்தையும் மண்ணெண்ணெய் ஊற்றித் தீ வைத்து மகிழ்ந்தது காவல் துறை.

சிங்காநல்லூர் இரயில் கவிழ்ப்புத் தொடர்பாக ஐம்பத்தெட்டு பேரும், சூலூர் விமானப்படைத்தள எரிப்பு தொடர்பாகத் தொண்ணூற்றாறு பேரும் குற்றவாளிகளாக்கப்பட்டனர்.

விமானத்தள எரிப்பினால் ஏற்பட்ட சேதத்திற்கான இழப்புத் தொகையைக் 'கூட்டுவரி' என்ற பெயரில் சூலூர் சுற்று வட்டார மக்களிடம் வழக்கமான வரியுடன் சேர்த்து வாங்கினர். மக்கள் இதைத் 'திமிர் வரி' என்றழைத்தனர்.

◯

இயக்கத்தை வழிநடத்தப் பொறுப்பான தலைவர்கள் இல்லாத நிலையில் போராளிகள் தம் மனம்போன போக்கில் போராட்டத்தை நடத்தினர். வெள்ளையர் எதிர்ப்புணர்வு மட்டுமே அவர்களை வழிநடத்தியது. இதனடிப்படையில் அன்றையத் திருநெல்வேலி மாவட்டத்தில் நிகழ்ந்த சில நிகழ்வுகள் வருமாறு:

பொருநையாற்றின் கரையிலுள்ள ஏரல் என்ற சிறுநகருக்கருகிலுள்ள சிற்றூர் குரங்கணி. இங்குள்ள இளைஞர்கள் 1942 போராட்டத்தை நடத்தத் திட்டமிட்டபோது எதிர்ப்புணர்வை வெளிப்படுத்தும் முகமாக அழிவுவேலையை மேற்கொள்ளத் தபால் தந்தி நிலையமோ, இரயில்பாதையோ அங்கில்லை. எனவே பொருநையாற்றின் கரையில் வளர்ந்திருந்த அரசுக்குச் சொந்தமான மரங்களை வெட்டி வீழ்த்தினர். இக்குற்றத்திற்காக 22 பேர் கைதாயினர். இவர்களுக்கு இருபது ரூபாய் அபராதம் என்றும் அபராதம் கட்டத் தவறினால் இரண்டு மாதம் சிறையென்றும் தீர்ப்பளிக்கப்பட்டது. இச் செயலில் ஈடுபட்டவர்களில் ஒருவரான சுடலைமணி நாடார் என்பவர் தூத்துக்குடியில் உதவி ஆட்சியராக இருந்த வெள்ளையரிடம் 'வேலையை விட்டு விலகி லண்டனுக்குப் போய்விடு' என்ற வாசகம் எழுதப்பட்ட துண்டுத்தாளைக் கொடுத்தமைக்காகக் கைது செய்யப்பட்டார்.

கள்ளுக்கடைக்குச் சென்று, கள் அருந்தியவர்களைப் பிடித்து அவர்களின் தலையை மொட்டையடித்து 'க' என்ற

குறியை, தலையில் போட்டனர். சில இடங்களில் பெரியள விலான பட்டை நாமத்தை நெற்றியில் தீட்டினர். பின்னர் நடத்தியோ, கழுதைமீது ஏற்றியோ ஊர்வலமாக அழைத்துச் சென்றனர்.

'கொடை' என்ற பெயரில் கிராமக் கோயில்களில் நடக்கும் திருவிழாக்களின்போது வீடுகளில் வளர்த்த முளைப் பாரிகளை மாலை சுற்றி அலங்கரித்துத் தலையில் சுமந்தவாறு மேளதாளங்கள் முழங்க ஊர்வலமாக வருவர். ஆகஸ்ட் போராட்டம் தொடங்கியபோது ஒட்டப்பிடாரம், விளாத்தி குளம், கோவில்பட்டி ஆகிய ஊர்களைச் சுற்றியுள்ள கரிசல் நிலக் கிராமங்களில் முளைப்பாரிப் பானைகளில் காங்கிரஸ் கொடியையும் குத்தி ஊர்வலமாக வந்தனர்.

○

1942 ஆகஸ்ட் 8இல் காங்கிரஸ் தலைவர்கள் கைதுசெய்யப் பட்ட செய்தியைக் கேள்விப்பட்டதும் ராஜபாளையத்திலிருந்த தேசிய இளைஞர்மன்ற உறுப்பினர்கள் ஆகஸ்ட் 9ஆம் நாள், தனுஷ்கோடி ராஜா என்பவரின் தலைமையில் ஊர்வலமாகச் சென்று ஐந்தாம் ஜார்ஜின் சிலையை உடைத்தனர். ஊர்வலத் தின் மீது காவல் துறையினர் தடியடி நடத்தினர். "வந்தே மாதரம், வெள்ளையனே வெளியேறு" என்று முழக்கமிட்ட வாறே ஊர்வலத்தினர் காவல்நிலையத்தின் மீதும், பொழுது போக்கு மன்றம் ஒன்றின் மீதும், அரசுசார்புடைய கடைகள் மீதும் கற்களை எறிந்தனர் (Venkatraman. V : 2004 : 126).

○

தமிழ்நாட்டில் ஆகஸ்ட் போராட்டம் தொடர்பாக நிகழ்ந்த நிகழ்ச்சிகளை மாவட்ட வாரியாகத் தொகுத்து ஆங்கில அரசு ஆவணமொன்றை உருவாக்கியுள்ளது. அதில் இடம்பெற்றுள்ள செய்திகள் பின்வரும் தலைப்புகளில் இங்கு தொகுத்துத் தரப்படுகின்றன. மாவட்ட வாரியான செய்திகளின் சுருக்கம் பின்னிணைப்பில் இடம்பெற்றுள்ளது.

மாணவர்களின் பங்களிப்பு

சென்னை, ஆகஸ்ட் 11: சில கல்லூரி மாணவர்களும் உயர் நிலைப் பள்ளி மாணவர்களும் வேலைநிறுத்தம் செய்தனர். லயோலா கல்லூரி, பச்சையப்பன் கல்லூரியைச் சேர்ந்த மாணவர்கள் சிலர் ஊர்வலம் நடத்தினர். இவ்வூர்வலத்தைக் காவல் துறையினர் தடியடி நடத்திக் கலைத்தனர். அப்போது

   ஆ. சிவசுப்பிரமணியன்

காவல் துறையினர் மீது செங்கல் துண்டுகள் வீசப்பட்டன. ஐந்து மாணவர்களும் ஒரு காவல் துறை அதிகாரியும் காய மடைந்தார்கள்.

சென்னை, ஆகஸ்ட் 12: சில கல்லூரிகளிலும் பள்ளிகளிலும் வேலைநிறுத்தம் தொடர்ந்தது. அரசுத் தொழில்நுட்பப் பள்ளியில் பயிலும் மாணவர்கள் காலையிலும் மாலையிலும் ஊர்வலம் செல்ல முயன்றார்கள். லயோலா, பச்சையப்பன் கல்லூரிகளைச் சேர்ந்த மாணவர்கள் மின் இரயில்களின்மீது கல் எறிந்தனர்.

சென்னை, ஆகஸ்ட் 14: சென்னை சட்டக் கல்லூரி மாண வர்கள் வகுப்பிற்குச் செல்லவில்லை.

சென்னை, ஆகஸ்ட் 17: மகாதேவ தேசாய் மரணமடைந்ததை ஒட்டி சென்னை சட்டக் கல்லூரி மற்றும் தொண்டை மண்டலம் உயர்நிலைப் பள்ளி மாணவர்கள் வகுப்பிற்குச் செல்லவில்லை.

சென்னை, ஆகஸ்ட் 19, 20: ராணி மேரி கல்லூரி, அரசு கவின் கலைப் பள்ளி மாணவர்கள் வகுப்புகளுக்குச் செல்லவில்லை.

சென்னை, ஆகஸ்ட் 20: சென்னை மாநிலக் கல்லூரி மாணவ ரான பி.எஸ்.கிருஷ்ணமூர்த்தி என்பவர் 'வெள்ளையனே வெளியேறு' அட்டைகளை வழங்கியமைக்காகக் கைது செய்யப்பட்டுப் பின்னர் எச்சரித்து விடுவிக்கப்பட்டார்.

சென்னை, ஆகஸ்ட் 27: ராணி மேரி கல்லூரி, லயோலா கல்லூரி, பெண்கள் கிறித்தவக் கல்லூரி ஆகிய கல்லூரிகளில் மாணவர்களின் வருகைப்பதிவு மிகவும் அற்பமானதாக இருந்தது. லயோலா கல்லூரி மாணவர்கள் மின் இரயில் பாதையில் கற்களை வீசினர்.

சென்னை, ஆகஸ்ட் 31: ராணி மேரி கல்லூரி, பச்சையப்பன் கல்லூரி, லயோலா கல்லூரி ஆகிய கல்லூரிகளில் வேலை நிறுத்தம் தொடர்ந்தது. அத்துடன் சென்னை மாநிலக் கல்லூரி யிலும் மாணவர் வருகை பாதிப்படைந்தது.

சென்னை, செப்டம்பர் 3: சென்னை மருத்துவக் கல்லூரி யிலும், அதன் மாணவர் விடுதியிலும் காங்கிரஸ் கொடியேற்று வதற்குக் கல்லூரிப் பொறுப்பாளர்கள் மறுத்ததைக் கண்டித்து, சென்னையின் இரு மருத்துவக் கல்லூரிகளின் மாணவர்கள் மறியல் மேற்கொண்டனர்.

சென்னை, அக்டோபர் 2: காந்தியின் 73 ஆவது பிறந்த நாளைக் கொண்டாடும் வகையில் ஸ்டான்லி மருத்துவக்

ஆகஸ்ட் போராட்டம்

கல்லூரியின் மாணவியர் காலை வகுப்பிற்கு வரவில்லை. அன்று நண்பகலில் மாணவர்கள் வராமையால் சென்னை மருத்துவக் கல்லூரி மூடப்பட்டது. பின்னர் மேற்கூறிய இரு மருத்துவக் கல்லூரி மாணவர்களும் காந்தியின் புகைப் படத்துடனும் காங்கிரஸ் கொடியுடனும் ஊர்வலம் நடத்த முயன்றார்கள். இம்முயற்சியில் ஈடுபட்ட மாணவர்களில் பத்துபேர் கைது செய்யப்பட, எஞ்சியவர்கள் கலைந்து சென்றார்கள். மேற்கூறிய இரு மருத்துவக் கல்லூரிகளில் மாணவர்களின் வேலைநிறுத்தம் தொடர்ந்தது. வகுப்பு களுக்குச் செல்ல விரும்பிய மாணவர்கள் தடுக்கப்பட்டார்கள். ஒரு கல்லூரிக்கு ஒரு மாணவர் என இருவர் கைதுசெய்யப் பட்டுப் பின்னர் பிணையலில் விடுவிக்கப்பட்டனர். இரு மருத்துவக் கல்லூரிகளின் மாணவர்களுக்கு ஆதரவு தெரி வித்துப் பச்சையப்பன் கல்லூரி மாணவர்கள் வகுப்புகளுக்குச் செல்லவில்லை.

சென்னை, அக்டோபர் 6: இரு மருத்துவக் கல்லூரிகளின் வேலைநிறுத்தம் தொடர்ந்தது. மருத்துவக் கல்லூரி மாணவர்கள் மீதான வழக்குகளை அரசு திரும்பப் பெறும்படி உத்தரவிட் டுள்ளதுடன் வேறு சில உறுதிமொழிகளையும் வழங்கி யுள்ளதாக இரு கல்லூரிகளின் முதல்வர்களும் தெரிவித்தனர். அன்று மாலையில் மாணவர்கள் நடத்திய கூட்டத்திற்குப் பின் வேலைநிறுத்தம் விலகியது.

சென்னை, அக்டோபர் 7: மாநிலக் கல்லூரி மாணவர்கள் காந்தியின் மார்பளவுச் சிலையுடன் கல்லூரி வளாகத்திற்குள் ஊர்வலமாகச் சென்று கல்லூரியின் மையப்பகுதியில் அதை நிறுவினர். அதன் அருகில் தேசியக் கொடியையும் நிறுவினர்.

வட ஆற்காடு, ஆகஸ்ட் 11: வேலூர் மகந் உயர்நிலைப் பள்ளி மாணவர்கள் 'காந்திக்கு ஜே' என்று முழக்கமிட்டனர். காவலர் வந்ததும் கலைந்து சென்றனர்.

வட ஆற்காடு, ஆகஸ்ட் 13: பழைய காட்டுப்பாடி கிராமத்தில் நடுநிலைப் பள்ளி மாணவர்கள் இராணுவ லாரிமீது கல் லெறிந்ததில் இரண்டு இராணுவ வீரர்கள் காயமடைந்தனர்.

வட ஆற்காடு, அக்டோபர் 5: உரீஸ் கல்லூரியைச் சேர்ந்த மாணவர்கள் சென்னை மருத்துவக் கல்லூரி மாணவர்களின் கைதுக்கு அனுதாபம் தெரிவித்து வகுப்புகளுக்குச் செல்ல வில்லை.

தென்னாற்காடு, ஆகஸ்ட் 9: காங்கிரஸ் தலைவர்களின் கைதைக் கண்டித்து ஒரு கூட்டத்தை அண்ணாமலைப் பல்கலைக்கழக

   ஆ. சிவசுப்பிரமணியன்

மாணவர்கள் நடத்தினர். அன்று இரவு, ஊர்வலம் செல்ல அவர்கள் முயன்றபோது பேராசிரியர்கள் அதைத் தடுத்து நிறுத்தினர்.

தென்னாற்காடு, ஆகஸ்ட் 10: 50 விழுக்காட்டிற்கும் மேலாக அண்ணாமலைப் பல்கலைக்கழக மாணவர்கள் வகுப்பிற்குச் செல்லவில்லை.

தென்னாற்காடு, ஆகஸ்ட் 15: அண்ணாமலைப் பல்கலைக்கழக மாணவர் அமைப்பொன்று உருவாக்கப்பட்டது. ஒவ்வொரு வரிடமிருந்தும் நான்கு அணா (25 காசு) உறுப்பினர் கட்டண மாக வாங்கப்பட்டது. கட்டண ரசீதில் 'சுதந்திரம், அமைதி, முன்னேற்றம்' என்ற சொற்கள் இடம்பெற்றிருந்தன.

தென்னாற்காடு, ஆகஸ்ட் 18: மாணவர்கள், மறியலில் ஈடுபட்ட துடன் அனி என்ற ஆங்கிலேயரின் கொடும்பாவியைக் கொளுத்தினர்.

தென்னாற்காடு, செப்டம்பர் 6: பல்கலைக்கழக மாணவர் மன்றத்தின் கூட்டம் நடைபெற்றது. அதில் சவுக்கடி வழங்க வகை செய்யும் சட்டம் கண்டிக்கப்பட்டது. சைதாப்பேட்டை யில் சவுக்கடித் தண்டனை பெற்ற மாணவர்களுக்கு அனு தாபம் தெரிவித்ததுடன் சவுக்கடி வழங்க வகை செய்யும் சட்டத்தைத் திரும்பப் பெறவும் வலியுறுத்தப்பட்டது. முப்பது மாணவியர் தலைமையில் ஊர்வலம் ஒன்றும் பல்கலைக்கழக வளாகத்தில் நடந்தது. ஊர்வலம் முடிந்து பெண்கள் விடுதிக்குத் திரும்பியவுடன் அங்கு காங்கிரஸ் கொடி ஏற்றப்பட்டது.

தென்னாற்காடு, செப்டம்பர் 8: வகுப்பிற்கு வராத மாணவர் களின் பெயர்கள் பெயர்ப் பட்டியலிலிருந்து நீக்கப்படும் என்று பல்கலைக்கழகத் துணைவேந்தர் அறிக்கை வெளியிட் டார். எல்லா மாணவர்களின் பெயர்களையும் நீக்கிவிடுங்கள் என்று கூறியவாறு அனைத்து மாணவர்களும் வகுப்புகளுக்குச் செல்லவில்லை. பல்கலைக்கழக வளாகத்தில் காங்கிரஸ் கொடிகள் ஏற்றப்பட்டிருந்தன.

தென்னாற்காடு, செப்டம்பர் 10: 20, அக்டோபர் 1942 வரை நாற்பது நாட்களுக்கு அண்ணாமலைப் பல்கலைக்கழகம் மூடப்பட்டிருந்தது. வேலைநிறுத்தத்தை விலக்கிக்கொள்ள முடிவு செய்த அண்ணாமலைப் பல்கலைக்கழக மாணவர்கள் பிற்பகலில் மீண்டும் வேலைநிறுத்தத்தில் இறங்கினர். இது தொடர்பாக ஆபத்தானவராகக் கருதப்பட்ட பாலதண்டா யுதம் என்பவர் சந்தேகத்தின் பேரில் கைது செய்யப்பட்டுப் பின்னர் விடுவிக்கப்பட்டார். இரண்டு ஊழியர்கள் மறைமுக மாகப் போராட்டக்காரர்களுக்கு உதவியாக இருந்ததாகக்

   ஆகஸ்ட் போராட்டம்

கூறப்பட்டது. அவர்களின் பெயர்கள் அரசாங்கத்தின் கல்வித் துறைக்குத் தெரிவிக்கப்பட்டது.

தாம்பரம், ஆகஸ்ட் 12: சென்னை கிறித்தவக் கல்லூரியைச் சேர்ந்த ஏறத்தாழ 600 மாணவர்கள் வகுப்புகளுக்குச் செல்ல வில்லை. கிண்டி பொறியியல் கல்லூரி மாணவர்களும் வகுப்புகளுக்குச் செல்லவில்லை.

தாம்பரம், ஆகஸ்ட் 14: சென்னை கிறித்தவக் கல்லூரி உயர் நிலைப்பள்ளி மாணவர்களில் சிலர் நண்பகலுக்குப் பின் வகுப்புகளுக்குச் செல்லவில்லை.

தாம்பரம், ஆகஸ்ட் 16: காந்தியின் செயலாளர் மகாதேவ தேசாய் மரணமடைந்ததையொட்டி அவருக்கு மரியாதை செலுத்தும் வகையில் சென்னை கிறித்தவக் கல்லூரி மாண வர்கள் வகுப்புகளுக்குச் செல்லவில்லை.

சைதாப்பேட்டை, ஆகஸ்ட் 20: சென்னை கிறித்தவக் கல்லூரியைச் சேர்ந்த ஆறு மாணவர்கள் மின் இரயிலிலுள்ள சாதனங்களுக்குச் சேதம் விளைவித்தமைக்காக ரூபாய் 30 முதல் 60 வரை தண்டம் விதிக்கப்பட்டது.

செப்டம்பர் 3: லயோலா கல்லூரிக்கு எதிரேயுள்ள இரயில் பாதையைப் பாதுகாத்துவந்த கடைநிலை ஊழியர் ஒருவர் இரயில்மீது கல்லெறிந்த இரு மாணவர்களைப் பிடித்துக் காவல்துறையினரிடம் ஒப்படைத்தார்.

செப்டம்பர் 5: சைதாப்பேட்டை குற்றவியல் நீதிபதி இவ்விரு மாணவர்களுக்கும் பதினைந்து சவுக்கடி கொடுக்கும்படி தீர்ப்பளித்தார். இத்தீர்ப்பு அன்றே நிறைவேற்றப்பட்டது.

செப்டம்பர் 7: இவ்வாறு சவுக்கடித் தண்டனை வழங்கப்பட்டதை எதிர்த்து, கிண்டி பொறியியல் கல்லூரி மாணவர்கள் வகுப்பு களுக்குச் செல்லவில்லை.

கோயம்புத்தூர், செப்டம்பர் 1, 2: வருவாய்த்துறை அதிகாரியின் அலுவலகத்தைத் தீயிட்டுக் கொளுத்தும் முயற்சி நடந்தது. சேதம் ஏற்படும் முன் நெருப்பு அணைக்கப்பட்டது. இதற்குக் காரணமான மாணவர் கைது செய்யப்பட்டார்.

திருச்சிராப்பள்ளி, ஆகஸ்ட் 9: நகரிலுள்ள கல்லூரி மாணவர் களில் 50 விழுக்காட்டினர் வகுப்புகளுக்குச் செல்லவில்லை.

திருச்சிராப்பள்ளி, ஆகஸ்ட் 17: ஏறத்தாழ 200 மாணவர்கள் திருச்சி நகர இரயில் நிலையத்தில் கூட்டமாகக் கூடி பயணச் சீட்டின்றிப் பயணம் செய்ய முயன்றனர். ஆயுதப்படையைச் சேர்ந்த காவலர்கள் மாணவர்களைக் கலைந்து போகச் செய்தனர்.

    ஆ. சிவசுப்பிரமணியன்

பொதுமக்களின் பங்களிப்பு

சென்னை, ஆகஸ்ட் 13: சென்னை, ஆந்திர மாவட்ட காங்கிரஸ் குழுவைச் சார்ந்த மருத்துவர் மகேஸ்வர ஆரியாவும், அவரது மனைவி கமலாதேவி ஆரியாவும், வண்ணார்பேட்டை பகுதியில் ஊர்வலமாகச் சென்று அங்கிருந்த இந்திய இராணுவ வீரர்களிடம் வேலையை விட்டு விலகத் தூண்டும், இந்தியில் எழுதப்பட்ட துண்டுப் பிரசுரங்களை வழங்கினர். இதற்காக இவர்கள் கைதுசெய்யப்பட்டனர். இதே நாளில் ம.பொ.சி. கைது செய்யப்பட்டு வேலூர் மத்தியச் சிறைக்கு அனுப்பப்பட்டார்.

சென்னை, ஆகஸ்ட் 20: நான்கு சிறுவர்களும் மற்றும் இருவரும் நகரில் நடைமுறையிலிருந்த தடை உத்தரவை மீறியமைக்காகக் கைது செய்யப்பட்டனர்.

சென்னை, ஆகஸ்ட் 23: சூளைப்பகுதியில் காங்கிரசார் நடத்திய ஊர்வலம் கலைக்கப்பட்டதுடன் ஊர்வலம் சென்ற வர்கள் கைதுசெய்யப்பட்டார்கள். கல்லெறி நிகழ்ந்தது. கூட்டத்திலிருந்த சமூக விரோதிகளால் ஆங்கிலோ இந்தியர் ஒருவரது வீட்டில் கல்லெறியப்பட்டு, அங்கிருந்த மரப்பொருட் களுக்குத் தீ வைக்கப்பட்டது. இதே கும்பலால் ஏ.ஆர்.பி. வார்டர்களின் தங்குமிடங்கள் சேதப்படுத்தப்பட்டதுடன் இரண்டு மோட்டார்கள் அகற்றப்பட்டன.

சென்னை, ஆகஸ்ட் 30: எதிரேயுள்ள அஞ்சல் நிலையத் திலுள்ள அஞ்சல் பெட்டியில் உள்ள கடிதங்கள் பாதி எரிந்த நிலையில் காணப்பட்டன.

சென்னை, செப்டம்பர் 10: மண்ணடி அஞ்சல் நிலையத்தின் வெளியிலுள்ள அஞ்சல் பெட்டியில் இருந்த கடிதங்கள் தீக்கிரையாக்கப்பட்டன. இச்செயலை மேற்கொண்டதாகக் குற்றம் சாட்டப்பட்ட டி.கே. கிருஷ்ணசாமி என்பவருக்கு நான்கு வருடக் கடுங்காவல் தண்டனையும், பன்னிரண்டு கசையடிகளும் வழங்கப்பட்டன. சூளைப்பகுதியிலுள்ள கள்ளுக்கடைக்குத் தீ வைக்கப்பட்டது.

சென்னை, செப்டம்பர் 15: எழும்பூரில் உள்ள மாநிலத் தலைமைக் குற்றவியல் நீதிமன்றத்தில் 'வெள்ளையனே வெளியேறு' என்று முழக்கமிட்டமைக்காக இருவர் கைது செய்யப்பட்டனர்.

சென்னை, டிசம்பர் 11, 12, 21: பாஸ்பரஸ் அடங்கிய பொட் டலங்கள் உயர் நீதிமன்றத்தில் சில அறைகளில் காணப்பட் டன. அவை எரிந்து சேதம் ஏற்படுத்தும்முன் அப்புறப்படுத்தப் பட்டன.

தென்னாற்காடு, அக்டோபர் 7: பதவியிலிருந்து விலகும்படி அதிகாரிகளுக்கும், இரயில் நிலையத்தைக் கொளுத்தப் போவதாக இரயில் நிலைய அதிகாரிக்கும் மொட்டைக் கடிதம் எழுதிய டி.கே. கோதண்டராமன் என்பவர் கைது செய்யப்பட்டு, கடலூர் கிளைச் சிறைச்சாலையில் அடைக்கப் பட்டார்.

தென்னாற்காடு, அக்டோபர் 10: திருக்கோவிலூர் காவல் நிலைய ஆய்வாளரின் கார், இரவு நேரத்தில் கொளுத்தப் பட்டது.

தென்னாற்காடு, அக்டோபர் 18: செஞ்சி வட்டத்தில் தொலை பேசிக் கம்பிகள் வெட்டப்பட்டதுடன் இரண்டு தந்திக் கம்பங்களும் சேதப்படுத்தப்பட்டன.

திருவென்ணெய்நல்லூர், ஆகஸ்ட் 23: யுத்த எதிர்ப்பு முழக்கங்கள் பல்வேறு கட்டடங்களில் காணப்பட்டன. கிராமப்புறப் பாதுகாப்பு ஊழியர்கள் சிலர், தம் பதவியிலிருந்து விலகி காங்கிரஸில் சேர்ந்தனர். காவல்துறை ஆய்வாளர் இவர்களிடம் விசாரித்தபோது சிவில் சட்டமறுப்பு இயக்கத்தை (1942 ஆகஸ்ட் போராட்ட ம்) கிராமப்புறங்களில் ஒடுக்குவதற்குப் பயன்படுத்தப் படுவோம் என்ற அச்சத்தால் பதவி விலகியதாகக் கூறினர். ஒருவர் மட்டும் தாங்கள் பணியாற்றிய நாளுக்கு நாட்படி வழங்காமையால் பதவி விலகியதாகக் குறிப்பிட்டார்.

சிதம்பரம், ஆகஸ்ட் 24: சிதம்பரத்திற்கு நான்கு மைல்கள் தள்ளி தொலைபேசிக் கம்பிகள் அறுக்கப்பட்டன.

விழுப்புரம், ஆகஸ்ட் 25: தடைசெய்யப்பட்ட நூல்களை மக்க ளிடையே வழங்கியமைக்காக ஐவர் கைது செய்யப்பட்டனர்.

ஈரோடு, ஆகஸ்ட் 19: ஒரு மைல் தொலைவிற்கு, தந்திக் கம்பி அறுக்கப்பட்டது.

ஈரோடு, ஆகஸ்ட் 23: திருச்சி, ஈரோடு இரயில் பாதையில் சாவடிப்பாளையம் அருகே இணைப்புத் தகடுகள் அகற்றப் பட்டிருந்தன.

ஈரோடு, ஆகஸ்ட் 24: தொலைபேசிக் கம்பிகள் அறுக்கப்பட்டன.

சிங்காநல்லூர், ஆகஸ்ட் 25: இரவு 1.30 மணியளவில் ஏறத்தாழ 100 பேர் கள்ளுக்கடை ஒன்றை நொறுக்கித் தீ வைத்துவிட்டு, காவலர் வரும்முன் மறைந்துவிட்டனர். புறக்காவல் நிலையத் தின் மீது கல் எறிந்ததாக அறுவர் கைது செய்யப்பட்டனர். கோவை மேட்டுப்பாளையம் இரயில் பாதையில் மண்ணும் கற்களும் அகற்றப்பட்டிருந்தன.

                    ஆ. சிவசுப்பிரமணியன்

மதுரை, ஆகஸ்ட் 10: காவல் துறையைச் சார்ந்த காவலர் ஒருவரை அவரது சைக்கிளிலிருந்து இழுத்துத் தள்ளி சைக்கிளைச் சிதைத்தனர். துணை நீதிபதியின் கடைநிலை ஊழியர் ஒருவரையும் இதேபோல் சைக்கிளிலிருந்து இழுத்துத் தள்ளி யதுடன் அவரிடமிருந்த அஞ்சல்கள் களவாடப்பட்டன.

தொழிலாளர்கள் - அரசு ஊழியர்கள் பங்களிப்பு

சென்னை, ஆகஸ்ட் 14 – வங்கி ஊழியர்: மெர்க்கண்டைல் வங்கியில் எழுத்தராகப் பணியாற்றி அதிலிருந்து விலகிய ஜெகநாதன் என்பவர் விடுதலை முழக்கங்களுடன், நாச வேலை மற்றும் வேலைநிறுத்தங்களைத் தூண்டும் வகையில் எழுதப் பட்ட சுவரொட்டிகளை ஒட்டும்போது பிடிபட்டார்.

சென்னை, ஆகஸ்ட் 12 – தையல்காரர்கள்: இராணுவ உடை தயாரிக்கும் ஒப்பந்தக்காரரிடம் பணிபுரியும் எண்ணூறு தையல்காரர்கள் வேலைநிறுத்தம் செய்ததுடன் வேறு ஒரு ஒப்பந்தக்காரருடன் பணிசெய்த தையல்காரர்களையும் வேலை நிறுத்தம் செய்யும்படி தூண்டினர்.

சென்னை, ஆகஸ்ட் 22: பக்கிங்காம், கர்நாட்டிக் நெசவாலை யில் ஆபத்துக் கால ஸ்விட்சை யாரோ செயல்படுத்தியதன் விளைவாகச் சிறிதுநேரம் வேலை தடைப்பட்டது.

சென்னை, ஆகஸ்ட் 24: பக்கிங்காம், கர்நாட்டிக் ஆலையின் நூற்பு மற்றும் கார்டிங் பிரிவில் தொழிலாளர்கள் நண்பகலி லிருந்து உள்ளிருப்பு வேலைநிறுத்தம் செய்தனர். மறுநாள் (ஆகஸ்ட் 25) அனைத்துத் தொழிலாளர்களும் உள்ளிருப்பு வேலைநிறுத்தத்தில் பங்கு பெற்றனர். அன்று நண்பகலில் ஆலை நிர்வாகம் ஆலையை மூடியது. வேலை செய்வோம் என்ற விருப்பத்தைத் தொழிலாளர்கள் வெளிப்படுத்தும்வரை ஆலை திறக்கப்படாது என்ற அறிவிப்பை நிர்வாகம் வெளி யிட்டது.

சென்னை, ஆகஸ்ட் 28: பஞ்சப்படியை உயர்த்த வேண்டும் என்ற விருப்பத்தை முன்வைத்துத் தொழிலாளர்களிடையே கிளர்ச்சி மனநிலை உருப்பெற்றது. பொதுப்பணித்துறைப் பணிமனையின் ஊழியர்கள் ஏறத்தாழ இரண்டு மணிநேரம் உள்ளிருப்பு வேலைநிறுத்தத்தை மேற்கொண்டனர். சென்னைத் துறைமுகக் கழகம், பின்னி நிறுவனத்தின் பீச் பொறியியல் நிறுவனம், சென்னை டிராம் கம்பெனி நிறுவனம் ஆகிய நிறுவனங்களில் பணியாற்றிய தொழிலாளர்களும் பஞ்சப்படி உயர்வு வேண்டிக் கிளர்ச்சியில் ஈடுபட்டனர். பஞ்சப்படி உயர்த்த வேண்டுமென்றும், இல்லையேல் வேலைநிறுத்தம்

செய்வோமென்றும் எழுதப்பட்ட மனுவைச் சென்னை மாநகராட்சியின் துப்புரவுத் தொழிலாளர்கள் கொடுத்தனர்.

சென்னை, செப்டம்பர் 1: சென்னை நகரில் நகரசுத்தித் தொழிலாளர்கள் வேலைநிறுத்தம் செய்தனர். மாநகராட்சி அதிகாரிகள் ஊதிய உயர்வை அறிவித்ததும் வேலைநிறுத்தம் விலக்கிக்கொள்ளப்பட்டது.

சென்னை, செப்டம்பர் 15: பொதுப்பணித் துறையில் பணி யாற்றிய ஒருவர் தன் பணியிலிருந்து விலகியதுடன் அரசு ஊழியர்களைப் பதவி விலகும்படி தூண்டும் துண்டு வெளி யீடுகளை விநியோகித்துக்கொண்டிருந்ததற்காகக் கைது செய்யப் பட்டார்.

சென்னை, செப்டம்பர் 18: பக்கிங்காம், கர்நாட்டிக் ஆலை நிர்வாகம் தன் ஆலையில் பணிபுரிந்த 59 தொழிலாளர்களை வேலைநீக்கம் செய்தது.

                    ஆ. சிவசுப்பிரமணியன்

இயக்கத்தின் விளைவுகள்

1885ஆம் ஆண்டில் இந்திய தேசியக் காங்கிரஸ் தோன்றியபோது, இந்திய நாட்டின் முழுவிடுதலையைத் தன் அடிப்படை நோக்கமாக அது கொண்டிருக்கவில்லை. ஆங்கில அரசின் உயர் பதவிகளில் இந்தியர்களுக்கும் உரிய பங்களிப்பு வேண்டும் என்பதையே தன் அடிப் படை நோக்கமாகக் கொண்டிருந்தது. இதனால் வழக் கறிஞர்கள், மருத்துவர்கள், உயர்கல்வி பெற்றவர்கள், பெரும் நிலக்கிழார்கள் ஆகியோரே இவ்வியக்கத்தில் ஆர்வம் காட்டி வந்தனர். குடியானவர்கள், ஆலைத் தொழிலாளிகள், தலித்துகள் ஆகியோரை ஈர்க்கும் இயக்கமாகத் தொடக்ககாலக் காங்கிரஸ் அமைய வில்லை.

இருபதாம் நூற்றாண்டின் தொடக்கத்தில், குறிப் பாக 1905 முதல் 1908 வரையிலான காலகட்டத்தில் சுதேசி இயக்கம் உருப்பெற்றது. அந்நியப் பொருட்கள் புறக்கணிப்பு, சுதேசிக் கல்வி, சுதேசித் தொழில் முயற்சி ஆகியன இவ்வியக்கத்தின் முக்கியக் குறிக்கோள்களாக அமைந்தன. 'சுயராஜ்யம் என் பிறப்புரிமை' என்று திலகர் உருவாக்கிய முழக்கம் சுதேசி இயக்கத்துடன் இணைந்து ஒலித்தது. தொழிலாளர்கள், மாணவர்கள், சிறு தொழிலதிபர்கள், வணிகர்கள் ஆகியோரை ஈர்க்கும் ஆற்றலைக் காங்கிரஸ் கட்சிக்கு சுதேசி இயக்கம் வழங்கியது. ஆனால் பெரும்பாலும் நகர்ப் புறம் சார்ந்த தாகவும் கல்வி பெற்றவர்களை ஈர்த்ததாகவும் அமைந்து, கிராமப்புற மக்களை ஈர்க்கத் தவறிவிட்டது. இதே காலகட்டத்தில் உருவான தனிநபர் பயங்கரவாதப் புரட்சி இயக்கங்கள் ஆங்கில ஆட்சிக்கு அதிர்ச்சியை

அளித்தாலும் பொதுமக்கள் தொடர்பின்மையால் வலுக்குன்றிப் போய்விட்டன.

இக்குறைபாடுகளைப் போக்கும் வகையில் காந்தியின் வருகைக்குப் பின்னர் அவர் உருவாக்கிய 'ஒத்துழையாமை இயக்கம்', 'சிவில் சட்ட மறுப்பு இயக்கம்' ஆகியன இருபது களின் தொடக்கத்திலும் முப்பதுகளின் தொடக்கத்திலும் இந்தியா முழுமையும் செல்வாக்குப் பெற்ற இயக்கங்களாக விளங்கின. காந்தியின் கொள்கைகளுடன் முரண்படுவோரும் ஒத்துக்கொள்ள வேண்டிய ஓர் உண்மை அவரது வெகுஜன ஈர்ப்புத்தன்மையாகும். ஆனால் தான் உருவாக்கிய போராட் டங்கள் ஓர் அளவுக்கு மேல் செல்லாத அளவுக்கு காந்தி கவனமாகப் பார்த்துக்கொண்டார். அவர் நம்பிய அகிம்சைக்கு எதிராகப் போராட்டங்கள் அமைந்துவிடக் கூடாது என்பதில் அவர் மட்டுமீறிய ஆர்வம் காட்டினார்.

1920ஆம் ஆண்டில் அவர் உருவாக்கிய ஒத்துழையாமை இயக்கம் மிக விறுவிறுப்புடன் நடந்துகொண்டிருந்தபோது பரந்த இந்தியாவில் செளரி செளரா என்ற இடத்தில் 1922இல் காவல் நிலையம் தாக்கப்பட்டு காவலர் சிலர் இறந்தவுடன் போராட்டத்தை நிறுத்திவிட்டார். 'என் போராட்டத்தில் வன்முறை புகுந்துவிட்டது' என்பது அவர் கூறிய காரணமாகும். இப்போராட்டம் உச்சக்கட்டத்தை நோக்கிப் போய்க்கொண் டிருந்த நிலையில் அவரின் இச்செயலைக் காங்கிரஸ் தலைவர்கள் பலர் ஏற்றுக்கொள்ளவில்லை.

சிவில் சட்டமறுப்பு இயக்கத்திலும் அகிம்சை வழியிலான போராட்டத்தையே அவர் வலியுறுத்தினார். அரசின் குற்றச் சாட்டிற்கு எதிராக, எதிர் வழக்காடல், தலைமறைவாகச் செல்லுதல் ஆகியனவற்றில் அவருக்கு உடன்பாடு கிடையாது.

ஆனால் 'வெள்ளையனே வெளியேறு' இயக்கம் காந்தி இதுவரை வலியுறுத்திவந்த போராட்ட நெறிமுறைகளுக்கு நேர் முரணாக அமைந்தது. வன்முறை பல்வேறு நிலைகளில் வெளிப்பட்டதை இதுவரை நாம் பார்த்த செய்திகள் உணர்த்து கின்றன. காங்கிரஸ் இயக்கத்தினர் மட்டுமே இதற்குத் தலைமை தாங்கவில்லை. ஏனெனில் தலைவர்களில் பெரும்பாலோர் தடுப்புக்காவல் சட்டத்தின் கீழ் கைதுசெய்யப்பட்டுச் சிறையில் இருந்தனர். அப்படியானால் இந்தப் போராட்டத்தின் உந்து சக்தி எது என்ற வினா எழுகிறது.

ஆங்கில அரசின் அடக்குமுறைக்கும் பொருளாதாரச் சுரண்டலுக்கும் ஆளாகிவந்த சராசரி இந்திய மக்கள் இப் போராட்டத்தில் ஆர்வத்துடன் கலந்துகொண்டனர். அவர்

                    ஆ. சிவசுப்பிரமணியன்

களின் தன்னியலார்ந்த எழுச்சியே ஆகஸ்ட் போராட்டத்தின் உந்துசக்தியாக அமைந்தது. வழிகாட்டுதலுக்கு யாருமற்ற நிலையில் தாங்கள் விரும்பியவாறெல்லாம் மக்கள் தம் எதிர்ப்பை வெளிப்படுத்தினர். இதைக் கட்டுக்குள் கொண்டு வரும் தலைமை இக்காலகட்டத்தில் இல்லை என்பதுதான் எதார்த்தம்.

காங்கிரஸ் கட்சி பெற்ற ஆதாயம்

இந்தியாவில் ஆங்கில ஆட்சி அறிமுகப்படுத்தியிருந்த இரட்டை ஆட்சிமுறை 1935ஆம் ஆண்டில் ஒழிக்கப்பட்டது. இதற்கு மாற்றாக மாகாணச் சுய ஆட்சிமுறை வழங்கப்பட்டது. இதன்படி சட்டசபை, சட்டமேலவை என்ற இருவகை சட்ட மன்றங்களை அறிமுகப்படுத்தினர். இச்சட்டமன்றங்களுக்கு 1937இல் நிகழ்ந்த தேர்தலில், சென்னை மாநிலம், பம்பாய் ஐக்கிய மாகாணங்கள், பீகார் மத்திய மாகாணங்கள், ஒரிசா என்ற ஆறு மாகாணங்களில் காங்கிரஸ் கட்சி பெரும்பான்மை யான இடங்களைப் பெற்று ஆட்சிக்கு வந்தது. சென்னை மாநிலத்தில் 64.5% வாக்குகளைப் பெற்று மொத்தம் உள்ள 215 இடங்களில் 159ஐ வென்றது.

இவ்வாறு ஆட்சியைப் பிடித்த காங்கிரஸ், ஜமீன்தார்கள், ஆலை அதிபர்கள் ஆகியோருக்கு எதிரான மக்கள் போராட்டங் களை, பிரிட்டிஷ் ஆட்சியால் அறிமுகப்படுத்தப்பட்ட அடக்கு முறைச் சட்டங்களைப் பயன்படுத்தி ஒடுக்கியது. இதைக் கண்டித்து எதிர்த்து, 1938 ஏப்ரல் 28இல் காந்திக்கு நேரு எழுதிய கடிதமும், 1938 நவம்பர் 23இல் ஜெயப்பிரகாஷ் நாராயணன் நேருவுக்கு எழுதிய கடிதமும் பத்திரிகைகளில் வெளியாயின. இந்தியக் கம்யூனிஸ்ட் கட்சியின் 'நியூரஜ்' ஆங்கில இதழ் 1939இல் வெளியிட்ட கட்டுரையொன்றில்,

> முதலாளிகளுக்கும், நிலப்பிரபுக்களுக்கும் ஜமீன்தார்கள், ஜாகிர்தார்களுக்கும் வளைந்துகொடுக்கும் வலதுசாரி சமரசக் கொள்கையைக் காங்கிரஸ் அமைச்சரவை பின்பற்றுகிறது.

என்று எழுதியது. 1939 ஜூலையில் மசானி, அசோக் மேத்தா, ராம் மனோகர் லோகியா, அச்சுதபட்டவர்த்தன் ஆகிய காங்கிரஸ் சோசலிஸ்டுகள், காங்கிரஸ் அமைச்சரவைக் கொள்கைகளை எதிர்த்துக் காங்கிரசிலிருந்து விலகினர் (சுந்தரம்.எம்.வி. 1989 : 218).

இத்தகைய கருத்தையே ரஜனி பாமிதத் (1978 : 647 – 648) தமது 'இன்றைய இந்தியா' என்ற நூலில்,

    ஆகஸ்ட் போராட்டம்

...ஏகாதிபத்திய போலீஸ் ஆட்சிமுறையின் அங்கங்களாய்க் காங்கிரஸ் அமைச்சர்கள் செயல்படுவது தொடக்க காலத்திலேயே வெளிப்பட்டுவிட்டது ... எந்த அடக்கு முறைச் சட்டங்களைக் காங்கிரஸ் அளவிட முடியாத விதத்தில் ஏசி வந்ததோ, அதே தண்டனைச் சட்டத் தொகுப்பின் வெறுக்கப்பட்ட 124 ஏ பிரிவும் (ராஜ துரோகப் பிரசாரத்திற்கு எதிராக), 144 பிரிவும் (கூட்டங்களுக்குத் தடை) பயன்படுத்தப்பட்ட வழக்குகள் நடந்தன.

என்று எழுதியுள்ளார். இப்பின்புலத்தில்தான் 1942 ஆகஸ்ட் போராட்டத்தை நோக்க வேண்டும். 'வெள்ளையனே வெளியேறு' போராட்டத்தை மிகக் கொடூரமாக வெள்ளையர்கள் ஒடுக்கியதால்,

சிறை மற்றும் சித்திரவதை முகாம்களின் பாதிப்பானது, காங்கிரஸ் மந்திரி சபைகளின் ஆட்சியின் மீதிருந்த அதிருப்தியைத் துடைத்தெறிந்தது. இதன் வாயிலாக மக்கள் மத்தியில் காங்கிரஸ் அமைப்புக்கு மீண்டும் பேரும் புகழும் திரும்பியது.

என்று டி.டி. கோசாம்பி பொருத்தமாகவே மதிப்பிட்டுள்ளார் (SUMIT SARKAAR 2007 : 405). இவ்வாறு காங்கிரஸ் கட்சி பொறுப் பேற்றுக்கொள்ளாத இப்போராட்டம், மக்களிடையே அதன் மீதிருந்த வெறுப்புணர்வைக் குறைக்க உதவியது.

கம்யூனிஸ்ட் கட்சியின் நிலை

இரண்டாவது உலக யுத்தம் நடைபெற்றுக்கொண்டிருந்த சூழலில் உலக நாடுகள் மூன்று அணிகளாக விளங்கின. முதலாவது, பிரிட்டன், பிரான்ஸ், அமெரிக்கா உள்ளிட்ட முதலாளித்துவ நாடுகளின் அணி. இரண்டாவது நாசிசத்தை அடிப்படையாகக் கொண்ட ஜெர்மனி, பாசிசத்தை அடிப்படை யாகக் கொண்ட இத்தாலி, இவை இரண்டுடன் நெருக்கமான பிணைப்புக்கொண்ட ஜப்பான். மூன்றாவது, உலகின் ஒரே சோசலிச நாடாக விளங்கிய சோவியத் யூனியன்.

ஒரே அணியாகத் திரண்டிருந்த ஹிட்லரும், முசோலினியும் ஐரோப்பா முழுவதையும் தம் கட்டுப்பாட்டில் கொண்டு வரும் முயற்சியில் உறுதியாக நின்றனர். முதலாளித்துவ நாடு, சோசலிச நாடு என்று அவர்கள் பாகுபடுத்திப் பார்க்கவில்லை. ஆசிய நாடுகளை அடிமைப்படுத்த ஜப்பான் அவர்களின் கையாளாக விளங்கியது. இத்தகைய நெருக்கடியான வரலாற்றுச் சூழலில், பிரிட்டன், அமெரிக்கா ஆகிய நாடு களும், சோவியத் யூனியனும் பாசிச எதிர்ப்பு என்பதன்

                                                    ஆ. சிவசுப்பிரமணியன்

அடிப்படையில் ஒரே அணியாக நிற்க வேண்டிய கட்டாயம் உருவானது.

இத்தகைய உலகச் சூழலில்தான் 1942 ஆகஸ்ட்டில் போராட்டம் தொடங்கியது. ஏகாதிபத்தியத்தின் பிடியில் இந்தியா தொடருமா? அல்லது பாசிஸ்டுகளின் பிடியில் சிக்குமா? என்ற நிலைக்கு இந்தியா தள்ளப்பட்டது. ஏனெனில் 1941 டிசம்பர் ஏழாம் நாள் ஆசிய நாடான ஜப்பான் யுத்தத்தில் இறங்கியாகிவிட்டது. 1941 டிசம்பரில் ஹாங்காங், 1942 ஜனவரி 15இல் சிங்கப்பூர், 1942 மார்ச் 8இல் பர்மாவின் தலைநகரான ரங்கூன் ஆகியன ஜப்பானியரின் பிடியில் போய்விட்டன.

இனி அடுத்த தாக்குதல் இந்தியாவின் மீதுதான் என்ற நிலையில், ஆங்கில அரசுக்கு எதிராகத் தொடங்கப்படும் போராட்டம் எத்தகைய விளைவை ஏற்படுத்தும் என்பது குறித்து இந்தியக் கம்யூனிஸ்ட் கட்சி 1942 ஜூலை 26இல் பின்வரும் கடிதத்தை வெளிப்படையாக எழுதியது:

நீங்கள் போராட்டத்தைத் தொடங்கினால், தொடங்கும் போது என்ன நடக்கும்? அவர்கள் அமைதியாக உங்களையும், ஆயிரக்கணக்கான தொண்டர்களையும் சிறையில் அடைப்பார்கள். பாசிஸ்டு படையெடுப்பாளர் களிடமிருந்து இந்தியாவைக் காப்பாற்றக்கூடியவர்களாக இருக்க வேண்டியது தங்களுடைய துரதிர்ஷ்டவசமான கடமை என்று ஆஷாட பூதித்தனமாய் அறிவிப்பார்கள் (ரஜனி பாமிதத் 1978:696 – 697).

1942 ஆகஸ்ட் 8ஆம் நாள், 'செய் அல்லது செத்துமடி' என்ற முழக்கத்தை முழங்கி, 'வெள்ளையனே வெளியேறு' இயக்கம் தொடங்கிய பின்னர், இதுதான் நடந்தது. ஆனால் கம்யூனிஸ்ட் கட்சியின் கணிப்பைத்தாண்டி பெருந்திரளான மக்கள் இப்போராட்டத்தில் இறங்கினர். ஆங்கில அரசின் அதிகாரப்பூர்வமான அறிக்கையின்படி 1942 ஆகஸ்ட் 9க்கும் டிசம்பர் 31க்கும் இடையிலான காலத்தில் 60,229 பேர் கைது செய்யப்பட்டனர். இந்தியத் தற்காப்புச் சட்டத்தின்படி 18000 பேர் தடுப்புக் காவலில் வைக்கப்பட்டனர். துப்பாக்கிச் சூட்டில் 940 பேர் இறந்தனர்; 1630 பேர் காயமடைந்தனர் (ரஜனி பாமிதத் 1978:701).

இந்நிகழ்வுகளில் கம்யூனிஸ்ட் கட்சி பங்கேற்கவில்லை என்பது உண்மை. பாசிச அபாயத்தைக் கம்யூனிஸ்ட் கட்சி தொலைநோக்குடன் கணித்தது. ரஜனிபாமிதத் (1978:698 – 699) குறிப்பிடும் பின்வரும் கருத்துக்கள், இதற்குச் சான்றாகும்:

   ஆகஸ்ட் போராட்டம்

இருபத்திரண்டு ஆண்டுகளாய்ப் பிரிட்டிஷ் ஆதிக்கத்தின் கோட்டையைத் தங்கள் போர் முறையால் அசைக்க முடியாமல் தோல்வி கண்ட அஹிம்சையின் தூதர்கள், இப்போது அதே மாதிரியான போராட்டத்தின் வாயிலாக, சில வாரங்களுக்குள் அதிகாரமாற்றம் பெற்றுத் தக்க தருணத்தில் ஜப்பானியப் படையெடுப்பாளரை வாயிலில் எதிர்கொள்ளலாமென எதிர்பார்த்தார்கள். இன்னொரு விதமாக, அவர்கள் தங்கள் போராட்டம் ஒரு பெரிய வன்முறைக் கலகமாக உருக்கொள்ளும் என எதிர்ப்பார்த் திருந்தார்களானால், ஒரு போருக்கு இடையில், எதிர்ப் படைகள் எல்லைகளை எட்டு கையில் அஹிம்சை முறை யில் பயிற்சி பெற்ற, நிராயுதபாணிகள் ஆட்சியைப் பிடிக்கும் ஒரு புரட்சிகரமான போராட்டத்தை எவ்வகையில் நடத்த முடியும் என்பதைப் பற்றி அவர்கள் எளிய மதிப்பீடு செய்ததைத்தான் அது காட்டும். தங்களுடைய போராட்டம் இந்திய விடுதலையின் வெற்றிக்கு வழி வகுக்காது. ஆனால் உள்நாட்டில் பிணக்குக்கும் குழப்பத்துக்கும் முடக்கத்துக்கும் தான் வழிவிடும், அதனால் இந்தியாவில் பாசிஸம் வெற்றி பெறத்தான் வழி ஏற்படும் என்கிற வெளிப்படை யான, எல்லாவற்றையும் 'கபளீகரம் செய்கிற' அபாயத்தை அவர்கள் புறக்கணித்துவிட்டார்கள். இந்தியக் கம்யூனிஸ்டுக் கட்சி கரவின்றிக் கூறியதுபோல், அவர்களுடைய கொள்கை, "நம் கழுத்தை நாமே வெட்டிக்கொள்வதைப் போன்றதாகும். ஆக்கிரமிப்பாளருக்கு எதிரான நாட்டுத் தற்காப்பை அது பலவீனப்படுத்துகிறது, பாசிஸ்டுப் படையெடுப்பாளரின் வேலையைச் சுளுவாக்குகிறது."

ஆயினும் இக்கணிப்பைப் பொதுமக்கள் கண்டுகொள்ள வில்லை. தாம் விரும்பியவாறே ஆங்கில எதிர்ப்பை வெளிப் படுத்தினர். ஆகஸ்ட் போராட்டத்திற்கு வித்திட்ட காந்தியே இப்போராட்ட நிகழ்வுகளுக்கு காங்கிரஸ் பொறுப்பல்ல, என்பதைப் பின்வருமாறு வெளிப்படையாக மறுத்துவிட்டார்.

மொத்தமாகப் பெருமளவில் காங்கிரஸ் தலைவர்கள் கைது செய்யப்பட்டதால் தங்களை அடக்கிக்கொள்ளும் ஆற்றலை இழக்கும் அளவுக்கு மக்கள் சினத்தால் வெறி கொண்டுவிட்டதாய்த் தோன்றுகிறது. நடந்துள்ள நாசத்துக்கு காங்கிரஸ் பொறுப்பல்ல, அரசாங்கமே பொறுப்பு என்று நான் கருதுகிறேன்.

இந்தியா முழுவதிலும் கைதுகள் செய்ய அரசாங்கம் எடுத்த நடவடிக்கை மிக வன்முறையாக இருந்ததால், காங்கிரசிடம் பரிவு உள்ள மக்கள் தன்னடக்கத்தை

                      ஆ. சிவசுப்பிரமணியன்

இழந்துவிட்டார்கள். இந்தத் தன்னடக்க இழப்புக்குக் காங்கிரஸ் உடந்தை என்று பொருளாகிவிடாது.

மக்கள் இப்போராட்டத்தைக் கையில் எடுத்துக்கொண்டதை, காந்தி ஒப்புக்கொண்டுள்ளார் என்பதையே இக்கூற்றுகள் உணர்த்துகின்றன.

இப்போராட்டத்தில் கம்யூனிஸ்டுக் கட்சி பங்குகொள்ள வில்லை என்பது உண்மைதான். அதே நேரத்தில் போராட்டத் திற்கு எதிரான நிலைப்பாட்டை அது எடுக்கவில்லை. மற்றொரு பக்கம் வெள்ளையரசின் அடக்குமுறைக்கு எதிராகவும், கைது செய்யப்பட்டவர்களை விடுவிக்க வேண்டியும், காங்கிரஸ், முஸ்லிம்லீக் இணைந்த தேசிய அரசு அமைக்க வேண்டியும், உழவர்கள், தொழிலாளிகள் நலனை முன்நிறுத்தியும், தொடர்ச்சியாகப் போராட்டங்களை நடத்தியது. கேரளத்தில் கையூர் என்ற பகுதியில் அது நடத்திய தீரமிகு விவசாயப் போராட்டத்தில் அதன் முக்கியத் தோழர்கள் 1943 மார்ச்சில் தூக்கிலிடப்பட்டனர். கட்சியின் தலைவர்களாக விளங்கிய எஸ்.ஏ. டாங்கே, ப.ஜீவானந்தம் போன்றோர், 1942க்குப் பின்னரே தடுப்புக் காவலில் இருந்து விடுதலையாயினர்.

இதனால்தான் வெள்ளையனே வெளியேறு போராட்டத்தில் பங்கு பெற்றவர்கள் பலர் இந்தியக் கம்யூனிஸ்ட் கட்சியில் இணைந்தனர். தமிழ்நாட்டில், முன்னர் பார்த்த சூலூர் விமானத் தளத் தாக்குதலில் ஈடுபட்ட கே.என்.சின்னையன் இந்தியக் கம்யூனிஸ்ட் கட்சியில் இணைந்தார். கம்யூனிஸ்ட் கட்சியின் தியாகத்தில் நம்பிக்கை கொண்டிருந்தமையால்தான் 1946 பிப்ரவரியில் வேலைநிறுத்தம் செய்த இந்தியக் கடற்படை வீரர்கள், தம் போர்க்கப்பலில் காங்கிரஸ், முஸ்லிம்லீக் கட்சிக் கொடிகளுடன் கம்யூனிஸ்ட் கட்சிக் கொடியையும் ஏற்றினர். என்றாலும் ஆகஸ்ட் போராட்டத்தில் வெளிப்படையாகத் தன்னை இணைத்துக்கொள்ளாதது, ஒரு வரலாற்றுத் தவறாக இந்தியக் கம்யூனிஸ்ட் கட்சியின் வரலாற்றில் இடம்பெற்று விட்டது.

இதைக் காரணமாகக் காட்டி, வல்லபாய் படேல் தொடங்கி, சஞ்சய் காந்தி வரை கம்யூனிஸ்ட்களின் நாட்டுப் பற்றைக் கேள்விக்குள்ளாக்கும் செயலைச் செய்துவந்தனர். ஏகாதிபத்திய எதிர்ப்பு என்பது கம்யூனிஸ்டுகளின் இரத்தத்தில் ஊறிய ஒன்று என்பதை அவர்கள் உணரவில்லை.

இந்து மகாசபையின் அணுகுமுறை

வெள்ளையனே வெளியேறு இயக்கம் நடந்துகொண் டிருந்தபோது இந்து மகாசபையின் நிறுவனரான சியாம்

பிரசாத் முகர்ஜி, வங்காள அரசின் நிதி மந்திரியாக இருந்தார். அதன் பிரதம அமைச்சராக முஸ்லிம் லீகைச் சேர்ந்த பசல்ஹக்யூ இருந்தார். அமைச்சர் பதவிகளிலிருந்து இந்தியர் அனைவரும் விலக வேண்டும் என்று காந்தி கட்டளையிட்டபோது, சியாம் பிரசாத் முகர்ஜி அதை ஏற்றுக்கொள்ளவில்லை.

இந்து மகாசபையின் தலைவரான சவார்க்கரும் அதன் உறுப்பினரான எல்.கே. அத்வானியும், தம் அரசுப் பதவிகளில் தொடருவதுடன், தம் வழக்கமான பணிகளைச் செய்ய வேண்டுமென்றும், பதவி விலக வேண்டாமென்றும் இந்து மகாசபையினருக்குக் கட்டளையிட்டனர். அத்துடன் 31 ஆகஸ்ட் 1942 அன்று, இந்து மகாசபையினர் அனைவரும், தத்தம் அரசுப் பதவிகளில் தொடர்ந்து இருக்கும்படியும், வெள்ளையனே வெளியேறு இயக்கத்தை எதிர்க்கும்படியும் தீர்மானம் நிறைவேற்றினர். ஆர்.எஸ்.எஸ். தலைவர் சுதர்சனுக்கு 14 ஆகஸ்ட் 2004இல் பாரளுமன்றவாதியான ஆர்.கே. ஆனந்த் எழுதிய திறந்த மடலில் இச்செய்திகளைக் குறிப்பிட்டுள்ளார் (Communalism Combat, ஆகஸ்ட் 2004, இதழ் எண் 100 பக். 14 – 15).

போராட்டம் குறித்த மதிப்பீடு

வழிகாட்டுதலின்றி உணர்ச்சிகளின் தூண்டுதலின் அடிப் படையில் நிகழும் போராட்டங்கள் எதிர்ப்பை வெளிப் படுத்திய வேகத்திலேயே தணிந்துவிடும். ஆகஸ்ட் போராட் டத்திற்கும் இதுதான் நடந்தது. ஆங்கில அரசு கொடூரமான அடக்குமுறையை ஏவிவிட்டது. சவுக்கடி போன்ற காட்டு மிராண்டித்தனமான, மன்னராட்சிக்காலத் தண்டனை முறையை ஏவியது. இளம் மாணவர்கள்கூட இத்தண்டனை யிலிருந்து தப்பவில்லை. எனவே 42 ஆகஸ்ட் தொடங்கி 42 டிசம்பர் முடிய எழுச்சியுடன் காணப்பட்ட இப்போராட்டம் படிப்படியாக வேகம் குன்றியது. ஆயினும் இப்போராட் டத்தைக் குறைத்து மதிப்பிட முடியாது.

சோப்ரா (1987; 90-91) என்பவர்,

இந்திய சுதந்திரப் போராட்ட வரலாற்றில் 'வெள்ளை யனே வெளியேறு' இயக்கம் ஒரு முக்கியமான கட்டம். இந்தியாவில் ஆங்கிலேயருக்கு எதிராக விடுதலைக்காக நடந்த போராட்டங்களில் இதுவே மிகவும் தீவிரமான தாகும். 1857ஆம் ஆண்டின் விடுதலைப் போர் உட்பட அனைத்து விடுதலைப் போராட்டங்களையும்விட இது தீவிரமானது. இமயமலை முதல் கன்னியாகுமரிவரை

   ஆ. சிவசுப்பிரமணியன்

ஏறத்தாழ இந்தியாவின் அனைத்துப் பகுதிகளிலும் இப்போராட்டம் நடந்தது. மக்களின் எழுச்சியும் எதை யும் தியாகம் செய்யத் தயார் என்ற அவர்களின் எண்ண மும் எப்படியும் அன்னிய ஆட்சியை விரட்டிவிட வேண்டும் என்ற அவர்களின் மன உறுதியைக் காட்டியது.

இந்திய மக்களில் – இந்துக்கள், கிறிஸ்தவர், இஸ்லாமியர் என எவரும் ஆங்கில அரசை ஆதரிக்கவில்லை என்பதை யும், இந்தியாவில் அனைவருக்குமே அவர்கள் வேண் டாதவர்களாகிவிட்டார்கள் என்பதையும் ஆங்கிலேயருக்கு இது உணர்த்தியது. பல இடங்களில் சட்டம் ஒழுங்கு முழுவதும் சீரழிந்து போனதும், ஆங்கிலேய ஆட்சிக்குப் போட்டியாகப் பல இடங்களில் இணை ஆட்சிகள் உருவானதும் இந்தியாவை இதற்கு மேல் அவர்களால் ஆட்சி செய்ய இயலாது என்பதை அவர்களுக்கு உணர்த்தியது.

என்று மதிப்பிட்டுள்ளார். இது மிகைப்படுத்தப்பட்ட மதிப்பீடு அன்று. இப்போராட்டம் குறித்து என்.கே. கிருஷ்ணன் (1992: 125 – 126) பின்வரும் மதிப்பீட்டைச் செய்துள்ளார்:

"செய் அல்லது செத்துமடி" என்ற முழக்கத்தினைக் காங்கிரஸ் தலைமை வெளியிட்டது. ஆனால் எந்தச் செயல் திட்டத்தினையும் அது தயாரிக்கவில்லை. அடக்கு முறையினை சக்திமிக்க முறையில் எதிர்த்து நிற்கக் கூடிய மற்றும் அதன் விளைவாக அதிகாரத்தைக் கைப்பற்றக் கூடிய எந்த ஸ்தாபன ரீதியான புரட்சிகர இயக்கத்திற்கும் அது திட்டமிடவில்லை. அதிகாரத்தைக் கைப்பற்றுவது என்ற குறிக்கோள் இருந்தாலன்றி, 'செய் அல்லது செத்துமடி' என்ற முழக்கத்தால் எவ்விதப் பயனுமில்லை.

எந்த ஸ்தாபன ரீதியாக தயாரிக்கப்பட்ட புரட்சிகரப் போராட்டத்திற்கும் காங்கிரஸ் தலைமை முற்றிலும் எவ்வித தயாரிப்பும் செய்யவில்லை. காங்கிரஸ் சோஷலிஸ்டுகளும் அவ்வாறு எவ்வகையான தயாரிப்பினையும் செய்யவில்லை. இவ்வகையில் இருதரப்பினரும் ஒன்றாகவே இருந்தனர். முன்கூட்டியே மிகச் சிறந்த, ஒரு சக்தி பொருந்திய சட்ட விரோதமான ஸ்தாபன அமைப்பினை கட்டி அமைத் திருக்க வேண்டும். அத்தேவையினை அடிப்படையாகக் கொண்டு ஒரு இயக்கத்தை உருவாக்குவதற்குப் பதிலாக காங்கிரஸ் சோஷலிஸ்டுகள் தலைமறைவாகச் சென்று, கைதுகளிலிருந்து தப்பினர்.

எனவே, தேசியத் தலைவர்கள் முற்றிலுமாகக் கைது செய்யப் பட்டதனைத் தொடர்ந்து எவ்வித திட்டமிட்ட இயக்க

  ஆகஸ்ட் போராட்டம்

மும் தோன்றவில்லை. ஆனால் முற்றிலும் அங்கமிங்குமாக ஸ்தாபன ரீதியாகத் திரட்டப்படாத விதத்தில், ஏதேச்சை யாகப் பிரிட்டிஷ் ஆட்சியை எதிர்த்த மக்களின் கிளர்ச்சி கள் ஆங்காங்கே வெடித்தன. பல்வேறு மக்கள் குழுக்களும், தனி நபர்களும் தங்களுக்குத் தோன்றிய விதத்தில் அல்லது தங்களால் முடிந்தவரை பிரிட்டிஷ் ஆட்சியை எதிர்த்தனர். அத்தகைய இயக்கங்களால் ஒரு பொழுதும் இந்திய மக்கள் வெற்றிகரமாக ஆட்சியினைக் கைப்பற்ற இயலாது.

அக்காலத்தில் பிரிட்டிஷ் ஆட்சியாளர்களின் கொடூர அடக்குமுறையை எதேச்சையாக எதிர்த்துப் போராடிய இந்திய மக்களின் வீரத்தையும் தியாகத்தையும், இவ்வாறு கூறுவதனால் குறைத்து மதிப்பிட்டதாகவோ, பழித்துக் கூறியதாகவோ பொருளாகாது. இந்த வரலாற்றுப் புகழ் மிக்க வீர காவியம் குறித்து ஒவ்வொரு தேசபக்த இந்தியனும் பெருமிதம் கொண்டாக வேண்டும்.

೦ ೦ ೦

இந்திய மக்களின் மன உறுதியை இப்போராட்டம் வெளிப்படுத்தியது என்ற சோப்ராவின் கருத்தை ஒட்டியே கிருஷ்ணனின் அவதானிப்பும் உள்ளது. இவ்விருவரும் இந்திய மக்களின் தியாகத்தை மதித்துப் போற்றுகின்றனர். ஆனால் ஓர் அமைப்பின் அடிப்படையில், பொதுமக்கள் திரட்டப்பட்டு சரியான தலைமையின் கீழ் வழிநடத்தப்படாமையால், அரசு சார்ந்த பொருட்களுக்குச் சேதம் விளைவிப்பதுடன் போராட்டம் நின்றுபோய்விட்டது என்று கிருஷ்ணன் மதிப்பிட்டுள்ளார்.

ஆங்கில ஆட்சிக்கு எதிரான ஓர் இணையரசை (parrellel Government) நிறுவும் அளவுக்கு வலுவான அமைப்பு இல்லாமல் போய்விட்டது. ஒன்றிரண்டு இடங்களில் இணையாட்சி உருவானதாக சோப்ரா குறிப்பிட்டாலும், பரந்துபட்ட இந்திய நாட்டில் பெரிதாகக் கூறும் அளவுக்கு அது வலுவாக இல்லாத துடன், அதிக நாட்கள் தாக்குப்பிடிக்காமல் போனது. பொது மக்களின் தீரத்துடன் கூடிய தியாகம் ஒரு குறிப்பிட்ட அளவுக்கு மேல் பயன்படாமல் போய்விட்டது என்று கிருஷ்ணன் ஆதங்கப் படுகிறார். அவரது ஆதங்கம் நியாய மானதுதான்.

அதே நேரத்தில் இப்போராட்டமானது, வெள்ளையர் ஆட்சிக்கு எதிரான போரட்ட உணர்வு, ஏதேனும் ஒரு வகையில் தொடர்ந்து வெளிப்படப் பெரிதும் உதவியுள்ளது. இதற்குச் சான்றாகப் பின்வரும் வரலாற்று நிகழ்வுகளைக் குறிப்பிடலாம்.

    ஆ. சிவசுப்பிரமணியன்

1946 செப்டம்பரில் தென் இந்திய இரயில்வேயிலும் வடமேற்கு இரயில்வேயிலும் தொழிலாளர்களின் வேலை நிறுத்தம் நிகழ்ந்தது. தபால் ஊழியர்களும் வடமேற்குப் பகுதியில் வேலைநிறுத்தம் செய்தனர். 1946 ஜனவரியில் 1500 ஆகாயப்படை வீரர்கள் மும்பையில் வேலைநிறுத்தம் மேற்கொண்டனர். கொல்கத்தா ஆகாயப்படையினரும் இவர் களுடன் பின்னர் இணைந்துகொண்டனர். இதே ஆண்டு பிப்ரவரியில் கடற்படை வீரர்கள் 20,000 பேர் மும்பைத் துறை முகத்தில் வேலைநிறுத்தம் செய்து தங்கள் போர்க்கப்பல்களில் காங்கிரஸ், கம்யூனிஸ்ட், முஸ்லிம் லீக் ஆகிய கட்சிகளின் கொடிகளை ஏற்றினர். இவர்களுக்கு ஆதரவாக கராச்சி, கொல்கத்தா, சென்னை, விசாகப்பட்டினம் ஆகிய துறைமுக நகரங்களிலிருந்த கடற்படையினரும், டில்லி, தாணா, புனே ஆகிய நகரங்களில் கரைப்பணி ஆற்றிவந்த கடற்படை வீரர் களும் வேலைநிறுத்தம் செய்தனர். இதே ஆண்டு பிப்ரவரியில் ஐபல்பூரிலுள்ள தரைப்படையின் சிக்னல் பிரிவு வேலை நிறுத்தம் மேற்கொண்டது.

ஆங்கில அரசின் ஆட்சி எந்திரத்தை நம்மால் அசைத்துப் பார்க்க முடியும், அதன் செயல்பாட்டை நிறுத்திவைக்க முடியும் என்ற உண்மையை இந்திய மக்கள் உணரச்செய்த போராட்டமாக இது அமைந்தது. படித்தவர்கள் பங்கேற்கும் இயக்கமாக அன்றி சமூகத்தின் பல்வேறு தரப்பினரும் பங்கேற்கும் இயக்கமாக இது விளங்கியது.

இதன் தொடர்ச்சியாகத்தான் மும்பை கடற்படை வீரர் கள் எழுச்சியும், ஆலைத் தொழிலாளர்கள், அரசு ஊழியர்கள் ஆகியோரின் போராட்டங்களும் அமைந்தன. ஒரு போராட்ட மானது அது உருவான காலத்தில் வெற்றி பெறாவிட்டாலும் பின்னால் வரும் போராட்டங்களுக்கு உந்துசக்தியாக அமைந் தால் அதை வெற்றிகரமான போராட்டம் என்றே கருத வேண்டும். அந்த வகையில் 'வெள்ளையனே வெளியேறு' போராட்டம் நாற்பதுகளின் தொடக்ககாலத்தில் பாட்டாளி வர்க்கம் மற்றும் அரசின் அடக்குமுறை எந்திரங்களில் பணியாற்றுவோர், மாணவர்கள் ஆகியோரிடம் எழுச்சியைத் தோற்றுவித்தது. இதனடிப்படையில் 'வெள்ளையனே வெளியேறு' இயக்கம், இந்திய விடுதலை வரலாற்றில் முக்கியத்துவம் வாய்ந்த போராட்டம் என்று கூறுவதில் தவறில்லை.

துணை நூற்பட்டியல்

அ. தமிழ்நாடு அரசு ஆவணக் காப்பக ஆவணங்கள்

District Calendar of Events (1943)
The civil disobedience movement

Report on the Administration of the Police in the Madras Presidency for the year 1942

ஆ. நூல்கள், கட்டுரைகள் (ஆங்கிலம்)

Baliga B.S. (1960)
Nationalism and Independence in Madras. **Studies in Madras Administration**

Chopra P.N. (1909)
Quit India Movement

David Arnold
Quit India in Madras: Hiatus or Climacteric?
The Indian Nation in 1942

Gopalakrishnan 2000
Gazetteers of India Tamilnadu State - *Kancheepuram and Tiruvallur Districts, Erstwhile Chengalpattu District*

Gyanendra Pandey
Introduction: **The Indian Nation in 1942**

Sumit Sarkar 2007
Modern India 1885 - 1947

Tara Chand (1972)
History of the Freedom Movement in India, Vol. IV

Velmani K.S.K. (1998)
Gazetteers of India, Tamilnadu **Tiruchirappalli District**

Velmani K.S.K. (2002)
Gazetteers of India, Tamilnadu **Tirunelveli District**

இ. நூல்கள், கட்டுரைகள் (தமிழ்)

கவுதமன். ந (1995)
சூலூர் வரலாறு

கிருஷ்ணன். என்.கே 1992
நம்பிக்கை ஒளி

சபாபதி. எல். 1976
இந்திய சுதந்திரப்போர்

சுந்தரம் எம்.வி (1989)
விடுதலைப் போராளியின் வாழ்க்கைப் பயணம்

துரைசாமி. சு (1993)
1942 ஆகஸ்ட் புரட்சி மறைக்கப்பட்ட உண்மைகள்

பிபின் சந்த்ரா (1987)
சுதந்திரப் போராட்டம்

மந்திரம். வி (1976)
குலசேகரப்பட்டினம் கொலைவழக்கு,
நெல்லை மாவட்ட சுதந்திரப் போராட்ட வரலாறு
சோமயாஜுலு (பதிப்பாசிரியர்)

மனோரஞ்சன். ஜா (1972)
சுதந்திரப் போராட்டமும் மத்திய சட்டசபையும்

ரஜனி பாமிதத் 1978
இன்றைய இந்தியா

பின்னிணைப்புகள்

GOVERNMENT OF MADRAS

DISTRICT CALENDAR OF EVENTS

OF

THE CIVIL DISOBEDIENCE MOVEMENT

AUGUST—DECEMBER 1942

MADRAS
PRINTED BY THE SUPERINTENDENT, GOVERNMENT PRESS
1943

தமிழ் நாட்டில் ஆகஸ்ட் போராட்டத்தை ஒட்டி 1942 ஆகஸ்ட் தொடங்கி 1942 டிசம்பர் முடிய நிகழ்ந்த நிகழ்வுகளை *'CALENDAR OF EVENTS OF THE CIVIL DISOBEDIENCE MOVEMENT'* என்ற தலைப்பிலான ஆவணத்தில் ஆங்கில அரசு பதிவு செய்துள்ளது. பொதுவாக அரசுக்கு எதிரான போராட்டங்களை வரலாற் றியலரும், சமூகவியலாளர்களும் 'எழுச்சி', 'புரட்சி' என்பன போன்ற சொற்களால் குறிப்பிடுவது மரபு. ஆனால் இன்றுவரை அரசு இச்சொற்களைப் பயன்படுத்துவது கிடையாது. மாறாக, 'கலகம்', 'சட்ட ஒழுங்கு சீர்குலைவு' என்பன போன்ற சொற் களையே பயன்படுத்தும். 'வெள்ளையனே வெளியேறு', 'ஆகஸ்ட் 42 போராட்டம் அல்லது எழுச்சி' என்ற சொற்களை வரலாற் றியலர் பயன்படுத்துகிறார்கள். ஆனால் ஆங்கில அரசோ சட்டத் திற்குக் கீழ்ப்படியாமல் நிகழ்ந்த நிகழ்வுகளாகவே இவற்றைப் பார்த்தது. இதன் அடிப்படையிலேயே *'CIVIL DISOBEDIENCE MOVEMENT'* என்ற சொல்லைப் பயன்படுத்தியுள்ளது.

இந்த ஆவணத்தில் மாவட்ட வாரியாக நிகழ்வுகள் தொகுத்துரைக்கப்பட்டுள்ளன. அவை இங்கு தமிழ் வடிவில் தரப்படுகின்றன.

(ஆகஸ்ட் - டிசம்பர் 1942)

சென்னை நகரம்

சென்னை நகரில் ஒத்துழையாமை இயக்கத்திற்கு ஆதரவாக, தீவிரமான எந்தச் செயல்பாடும் இல்லை. நகரிலும் நகரைச் சுற்றியும் ஏராளமான படைகள் குவிக்கப்பட்டிருந்தமை இதற்குக் காரணமாக இருக்கலாம். இயக்கம் ஆரம்பமாவதற்கு முன்பே காங்கிரஸின் முக்கியத் தலைவர்கள் அனைவரும் கைது செய்யப்பட்டுச் சிறையில் அடைக்கப்பட்டனர். முன் னாள் அமைச்சரும் அகில இந்திய I.N.T.U.C. தலைவருமான வி.வி.கிரி சரியான நேரத்தில் கைது செய்யப்பட்டதால் இயக்கம் பரவலாவது தடுக்கப்பட்டது. வேப்பேரி அஞ்சல் நிலையம், மண்ணடி அஞ்சல் நிலையம் மற்றும் முத்தியாலுப் பேட்டை காவல் நிலையம் ஆகியவற்றைத் தீயிட முயற்சிகள் நடந்தன. ஆணிகள் மற்றும் வெடி மருந்தை ஒரு காகிதத்தில் பந்தாகச் சுற்றி வெடிகுண்டாக இவற்றின் மீது வீசப்பட்டன. இவை வெடித்ததில் காவல் நிலையக் காவலாளி காயமடைந் தார். சில கோப்புகள் எரிந்து சாம்பலாயின.

ஒத்துழையாமை இயக்கத்தின் முக்கியச் செயல்கள் அனைத்தும் கல்விக்கூடங்களை மையமாகக்கொண்டே நடை பெற்றன. சில இடங்களில் கல்வீச்சுகள் நடைபெற்றன. கல்விக் கூடங்கள் உடனே மூடப்பட்டதாலும் அமைதி திரும்ப பெற்றோரிடம் வேண்டுகோள் விடுக்கப்பட்டதாலும், மாணவர் களின் மத்தியில் அமைதி ஏற்பட்டது.

31 டிசம்பர் 1942 வரை
தடுப்புக் காவலில் வைக்கப்பட்டவர்கள்   *53 பேர்*

31 டிசம்பர் வரை
தண்டிக்கப்பட்டவர்கள்   *60 பேர்*

கூட்டு அபராதம் எதுவும் விதிக்கப்படவில்லை.

வட ஆற்காடு

இந்த மாவட்டத்தில் பெரிய அளவில் வன்முறை நிகழ்வுகள் நடைபெறவில்லை. சில இடங்களில் ஊர்வலங்களும் மறியல் களும் நடைபெற்றன. அவை எளிதில் கட்டுப்படுத்தப்பட்டன. ஆனால் மறைமுகமாகப் பல வன்முறைகள் நடைபெற்றன. பல இடங்களில் தந்திக் கம்பிகள் வெட்டப்பட்டன. அஞ்சல் பெட்டிகள் களவாடப்பட்டன. ஆகஸ்ட் மாதம் 23ஆம் நாள் பணப்பாக்கம் என்ற இடத்தில் இருந்த பொதுப்பணித் துறையின் ஆய்வு மாளிகை கொளுத்தப்பட்டது. செப்டம்பர் மாதம் 1ஆம் நாள் வேலூரில் புதிதாகக் கட்டப்பட்ட காவல்துறையினர் குடியிருப்புக்கள் தீயிடப்பட்டன. இதே போல் வேலூருக்கு அருகே மூன்று வனத்துறை ஓய்வு இல்லங்களையும் மற்றும் பணப்பாக்கம், திமிரி ஆகிய ஊர் களில் இருந்த இரண்டு கிராமச் சாவடிகளையும் தீயிட்டனர். மேலும் அக்டோபர் 26ஆம் நாள் தண்டைரை, ஆதிச்சனூர் இடையே ஒரு சரக்கு இரயில் கவிழ்க்கப்பட்டது. இரயிலின் கடைசிப் பெட்டிகள் கவிழ்ந்ததால் கடைசிப் பெட்டியில் இருந்த இரயில்வே பணியாளர் ஒருவர் இறந்தார்.

31 டிசம்பர் 1942 வரை
தடுப்புக் காவலில் வைக்கப்பட்டவர்கள்   *37 பேர்*

31 டிசம்பர் 1942 வரை
தண்டிக்கப்பட்டவர்கள்   *17 பேர்*

கீழ்க்கண்ட ஊர்களில் கூட்டு அபராதம் விதிக்கப்பட்டது:

	ரூபாய்
நெடும்புலி, பணப்பாக்கம்	700
பணப்பாக்கம் நெல்லூர்பேட்டை	100
வல்லம்	2,500
திமிரி	400
கணவாட்டம் மற்றும் சில கிராமங்கள்	1,935
மொத்தம்	**6,535**

தென்னாற்காடு

இம்மாவட்டத்தில் வன்முறைச் செயல்கள் ஏதும் நடைபெற வில்லை. வேலைநிறுத்தங்கள் நடைபெற அண்ணாமலைப் பல்கலைக்கழக மாணவர்கள் காரணமாக இருந்தனர். இவர் கள் ஊர்வலமாகச் சென்று காங்கிரஸ் கொடியை ஏற்றினர். அக்டோபர் 10ஆம் நாள் திருக்கோவிலூர் காவல்துறை ஆய்வாளரின் கார் எரிக்கப்பட்டது. பல இடங்களில் தந்திக் கம்பிகள் வெட்டப்பட்டன.

31 டிசம்பர் 1942 வரை
தடுப்புக் காவலில் வைக்கப்பட்டவர்கள்   25 பேர்

31 டிசம்பர் 1942 வரை
தண்டிக்கப்பட்டவர்கள்   44 பேர்

கூட்டு அபராதம் எதுவும் விதிக்கப்படவில்லை.

செங்கல்பட்டு

சென்னையில் நடைபெற்றது போன்றே இங்கும் கல்வி நிலையங்களைச் சுற்றியே இந்த இயக்கம் நடைபெற்றது. ஆகஸ்ட் 27ஆம் நாள் லயோலா கல்லூரி மாணவர்கள் குரோம்பேட்டை, தாம்பரம் இடையே இரயில் பாதையில் பாறைகளைப் போட்டு மறித்ததற்காக ஐந்து பேர் கைது செய்யப்பட்டனர். அவர்கள் ஒவ்வொருவருக்கும் நூறு ரூபாய் அபராதம் விதிக்கப்பட்டது. இது தொடர்பாக போலீஸ் தடியடியும் நடந்தது. இரண்டு மாணவர்களுக்குக் கசையடி கொடுக்கப்பட்டது. இதைத் தொடர்ந்து லயோலா கல்லூரி மாணவர்கள் இரயில்வே போக்குவரத்துக்கு இடையூறு செய்வதை நிறுத்திக்கொண்டனர். கல்லத்தியிலும் செங்கல்பட் டிலும் தபால் நிலையங்கள் தீயிடப்பட்டன. வல்லூரில் அரசாங்கக் கிட்டங்கியும் பொன்னேரியில் மாவட்டப் பள்ளிக் கட்டடமும் தீயிடப்பட்டன. காங்கிரஸின் முடிவை ஆதரித்துத் தீர்மானம் நிறைவேற்றியதால் செங்கல்பட்டு பஞ்சாயத்துச் சபை ஆறு மாதங்களுக்கு முடக்கப்பட்டது. இதுபோன்ற ஆதரவுத் தீர்மானம் நிறைவேற்றியதற்காகவும் அரசின் ஒடுக்கு முறையைக் கண்டித்துத் தீர்மானம் நிறைவேற்றியதற்காகவும் தாமல் பஞ்சாயத்தும் முடக்கப்பட்டது.

31 டிசம்பர் 1942 வரை
தடுப்புக் காவலில் வைக்கப்பட்டவர்கள்   23 பேர்

31 டிசம்பர் 1942 வரை
தண்டிக்கப்பட்டவர்கள்   29 பேர்

கீழ்க்கண்ட ஊர்களில் கூட்டு அபராதம் விதிக்கப்பட்டது:

	ரூபாய்
ராமரெட்டிப் பாளையம்	1,500
வெங்கடரெட்டிப் பாளையம்	500
சுப்பாரெட்டிப் பாளையம்	1,000
பொன்னேரி மற்றும் நான்கு கிராமங்கள்	2,000
மொத்தம்	5,000

கோயம்புத்தூர்

இம்மாவட்டத்தில் நூற்பாலைகள் நிறைய இருந்ததால் தொழிலாளர் மத்தியில் இயக்கம் பரலாக இருந்தது. பங்கஜம் ஆலையில் தங்களுக்கு அளிக்கப்பட்ட ஒரு மாத போனசுக்குப் பதிலாக மூன்று மாத போனஸ் வழங்க வேண்டும் என்று கேட்டு ஆகஸ்ட் 22ஆம் தேதி உள்ளிருப்புப் போராட்டத்தைத் தொழிலாளர்கள் நடத்தினர். மதியம் காவல்துறையினர் ஆலைக்குள் புகுந்து தடியடி நடத்தித் தொழிலாளர்களை வெளியேற்றினர். ஆனால் தொழிலாளர்கள் பதிலுக்குக் கற்களை வீசினர். எச்சரிக்கை செய்த பின்னர் காவல்துறை 19 சுற்றுக்கள் துப்பாக்கிச்சூடு நடத்தியது. இதில் இருவர் கொல்லப்பட் டனர். காவல்துறை ஆய்வாளரின் கார் கடுமையாகச் சேத மானது. ஆகஸ்ட் 14 ஆம் தேதி போதனூர் – சிங்காநல்லூருக்கு இடையே இருப்புப் பாலதையைச் சேதப்படுத்தி கொச்சியில் இருந்து விடியற்காலை இரண்டு மணிக்கு வெடிமருந்து ஏற்றி வந்த இரயில் கவிழ்க்கப்பட்டது. இரண்டு இன்ஜின்களும் 25 பவுண்டு குண்டுகள் ஏற்றி வந்த பதினோரு வாகனங்களும் கவிழ்ந்தன.

பிற இரயில்களைக் கவிழ்க்க மேற்கொள்ளப்பட்ட முயற்சிகள் சரியான நேரத்தில் முறியடிக்கப்பட்டன. பல இடங்களில் பெரும் வன்முறைச் செயல்களும் நடந்தன. இவற்றில் முக்கியமானது இருநூறு பேர் கொண்ட கும்பல் சூலூரில் விமானப்படைத்தளத்தில் இருந்த கொட்டகை களுக்குத் தீயிட்டது. இது ஆகஸ்ட் 27ஆம் நாள் நடந்தது. இதில் இருபத்திரண்டு லாரிகள் எரிக்கப்பட்டன. இரண்டு வாகன ஓட்டிகள் எரிந்து போயினர். கூலிகளுக்கான கொட் டகையும் தீயிடப்பட்டது. இதில் ஒரு கூலி இறந்து போனார். பல இடங்களில் தந்திக்கம்பிகளும் வெட்டப்பட்டன.

கோயம்புத்தூர் நகரசபை காங்கிரஸின் முடிவை ஆதரித்தும் அரசின் ஒடுக்குமுறையைக் கண்டித்தும் தீர்மானம் நிறைவேற் றியது. இதனால் இந்நகரசபை ஆறு மாத காலத்திற்கு முடக்கப் பட்டது.

31 டிசம்பர் 1942 வரை
தடுப்புக் காவலில் வைக்கப்பட்டவர்கள் 28 பேர்

31 டிசம்பர் 1942 வரை
தண்டிக்கப்பட்டவர்கள்   73 பேர்

கீழ்க்கண்ட ஊர்களில் கூட்டு அபராதம் விதிக்கப்பட்டது:

	ரூபாய்
கன்னம்பாளையம்	4,850
இருகூர்	5,000
சிங்காநல்லூர் மற்றும் கிராமங்கள்	24,960
வெள்ளக்கிணறு	600
மொத்தம்	**35,410**

மதுரை

மதுரை நகரில் ரௌடிகள் நிறையப் பேர் இருந்ததால் மதுரை மாவட்டத்தில் இப்போராட்டம் மதுரை நகரை மையமாகக் கொண்டே இருந்தது. இயக்கம் தொடங்கிய முதல் வாரத்தில் பல வன்முறைச் சம்பவங்கள் நடந்தன. பின்னர் படிப்படி யாகக் குறைந்தன. பெரும் அளவில் இராணுவமும் காவல்துறை யினரும் இருந்ததாலும், ஆட்சியாளர்கள் கண்டிப்பாக இருந்த தாலும் இயக்கம் அச்சுறுத்தும் அளவிற்குப் பெரியதாக இல்லை. ஆகஸ்ட் 10 ஆம் நாள் பல இடங்களில் வன்முறைச் செயல்கள் நடந்தன. ரௌடிகள் காவல்துறையினரைத் தாக்கினர், சாலைகளை மறித்தனர், தந்திக்கம்பிகளைத் துண்டித் தனர், கடைகளை மூடும்படி வணிகர்களை அச்சுறுத்தினர். மாலையில் 144 தடையுத்தரவை மீற முயற்சி செய்தனர். காவல்துறையினர் கூட்டத்தைக் கலைக்க முயற்சி செய்தனர். ஆனால் கூட்டம் அவர்கள் மேல் கற்களை வீசியது. நிலைமை மோசமானதைத் தொடர்ந்து எச்சரிக்கை செய்த பின்னர் காவல்துறையினர் துப்பாக்கிச்சூடு நடத்தினர். முப்பது சுற்றுக்கள் சுட்டனர்; ஐந்து பேர் மரணம் அடைந்தனர்; பதினேழு பேர் காயமுற்றனர். ஆகஸ்ட் 14 ஆம் நாள் ரௌடிக் கும்பல்கள் பொது மின் விளக்குகளை உடைத்தனர்; தந்திக் கம்பிகளை அறுத்தனர். அவற்றைத் தெருக்களின் குறுக்கே போட்டுக் காவல்துறையினரைத் தடுத்தனர். தபால் நிலையங் களுக்குத் தீயிட முயற்சி செய்தனர். இதில் ஆறு பேர் இறந்தனர். பதினோரு பேர் காயமுற்றனர். குடிநீர் சேமிப்புத் தொட்டிக்குத் தீயிட்டனர்; காவல்துறை வாகனத்தை எரித்தனர்.

ஒரு காவல்துறை ஆய்வாளர், அவரது நண்பர் மற்றும் ஒரு காவலர்மீது அமிலம் வீசப்பட்ட சம்பவம் மிகவும் மோசமானது. மூவரும் இதில் படுகாயமுற்றனர். காவலர் கண்பார்வை இழந்திருக்கக்கூடும்.

மதுரை நகரசபையும், திண்டுக்கல் நகரசபையும் மதுரை மாவட்டப் பஞ்சாயத்தும் காங்கிரஸ் கட்சியின் முடிவை ஆதரித்தும் ஆட்சியைக் கண்டித்தும் தீர்மானம் நிறைவேற்றிய தால் அவை முடக்கப்பட்டன. இதே கதி பழனி நகரசபைக்கும் ஏற்பட்டது.

31 டிசம்பர் 1942 வரை
தடுப்புக் காவலில் வைக்கப்பட்டவர்கள்   42 பேர்

31 டிசம்பர் 1942 வரை
தண்டிக்கப்பட்டவர்கள்   53 பேர்

கூட்டு அபராதம் எதுவும் விதிக்கப்படவில்லை.

நீலகிரி

மாவட்டத்தில் பெரும்பாலும் பெரும் நிகழ்வுகள் நடைபெற வில்லை. ஆகஸ்ட் 10 முதல் 18ஆம் நாள்வரை நடந்த சிறிய நிகழ்வுகள் தொடரவில்லை. 17ஆம் நாளும் 18ஆம் நாளும் மாணவர்கள் நடத்திய ஊர்வலங்களில் காங்கிரசார் உரை யாற்றினர். முக்கியத் தலைவர்கள் சரியான நேரத்தில் கைது செய்யப்பட்டதால் கிளர்ச்சி ஆரம்ப நிலையிலேயே நசுக்கப் பட்டது. செப்டம்பர் 29ஆம் நாள் தியசோலா அருகே ஒரு பாலம் எரிக்கப்பட்டது. பல இடங்களில் தந்திக்கம்பிகள் துண்டிக்கப்பட்டன. சிறிய அளவில் நச்சுப் பிரசுரங்களும்* வினியோகிக்கப்பட்டன.

31 டிசம்பர் 1942 வரை
தடுப்புக் காவலில் வைக்கப்பட்டவர்கள்   11 பேர்

31 டிசம்பர் 1942 வரை
தண்டிக்கப்பட்டவர்கள்   23 பேர்

கூட்டு அபராதம் எதுவும் விதிக்கப்படவில்லை.

---

* ஆங்கில எதிர்ப்பைத் தூண்டும் பிரசுரங்கள்

இராமநாதபுரம்

வன்முறைச் சம்பவங்கள் மோசமாக நடந்த இடங்களில் இராமநாதபுரமும் ஒன்று. இதற்குப் பல காரணங்கள் உண்டு. இம்மாவட்டம் பொதுவாகச் சட்டம் ஒழுங்குக்குக் கட்டு படாத ஒர் இடம். எனவே இந்த இயக்கம், இதற்கு மேலும் தூண்டுதல் அளித்தது. மக்களின் போக்கும் சரியாக இல்லை. வன்முறையாளர்களுக்கு அஞ்சி மக்கள் காவல்துறைக்கு உதவிடத் தயங்கினர். தொடர்பு வசதிகளும் சாலைகளும் துண்டிக்கப்பட்ட பின்னர் வன்முறைச் சம்பவங்கள் நடந்ததால் அவற்றை அடக்குவது சிரமமாக இருந்தது. கீழ்க்கண்ட ஐந்து ஊர்களில் நிலைமை மோசமாக இருந்தது: இராஜபாளையம், காரைக்குடி, தேவகோட்டை, திருவாடனை மற்றும் பூலாங் குறிச்சி. பூலாங்குறிச்சியில் துப்பாக்கியும் பயன்படுத்தப்பட்டது. இறந்தவர்களைக் கலவரக்காரர்கள் உடனடியாகத் தூக்கிச் சென்றதால் இறந்தவர்களின் சரியான எண்ணிக்கையைக் கணக்கிட முடியவில்லை. பல இடங்களில் தீயிடுதலும் கொள்ளையடித்தலும் நடந்தன. தேவகோட்டையில் கிட்டத் தட்ட அரை லட்சம் மதிப்புள்ள நீதிமன்றக் கட்டடம் கொளுத்தப்பட்டது. திருவாடனையில் துணைக் கருவூலக் கட்டடமும் தாசில்தார் அலுவலகமும் கொளுத்தப்பட்டன. ஆகஸ்ட் 24ஆம் நாள் நடராஜபுரம் இரயில் நிலையம் கொளுத்தப்பட்டது. காரைக்குடியில் ஆரம்பப்பள்ளி தீயிடப் பட்டது. ஆகஸ்ட் 19ஆம் நாள் காங்கிரஸ்காரர் ஒருவரின் தலைமையில் பூலாங்குறிச்சியில் ஒரு தபால் நிலையம் கொள்ளையிடப்பட்டது. பட்டப்பகலில் தபால் கொண்டு வந்த வாகனத்தை மறித்து அதில் இருந்த பதினோரு தபால் பைகள் எரிக்கப்பட்டன. பரவலாக வன்முறைச் செயல்கள் நடந்ததால் மலபாரிலிருந்து சிறப்புக் காவல்படையும் திருச்சிராப் பள்ளியிலிருந்து இராணுவமும் வரவழைக்கப்பட்டன.

காந்தியும் பிற காங்கிரஸ் தலைவர்களும் கைது செய்யப் பட்டதைக் கண்டித்துத் தீர்மானம் நிறைவேற்றியதால் இராம நாதபுர மாவட்டப் பஞ்சாயத்து முடக்கப்பட்டது.

அரசுக்கு எதிரான சில தீர்மானங்களை நிறைவேற்றிய தற்காக விருதுநகர் நகரசபையும் முடக்கப்பட்டது.

31 டிசம்பர் 1942 வரை
தடுப்புக் காவலில் வைக்கப்பட்டவர்கள்   7 பேர்

31 டிசம்பர் 1942 வரை
தண்டிக்கப்பட்டவர்கள்   88 பேர்

கீழ்க்கண்ட ஊர்களில் கூட்டு அபராதம் விதிக்கப்பட்டது:

	ரூபாய்
பூலாங்குறிச்சி	5,000
காரைக்குடி	50,000
தேவகோட்டை, எரவாசேரி	1,50,000
மற்றும் பதினெட்டுக் கிராமங்கள்	38,428
கார்காலத்தூர் மற்றும் 46 கிராமங்கள்	50,000
மொத்தம்	**2,93,428**

சேலம்

ஒத்துழையாமை இயக்கத்திற்கு இம்மாவட்டத்தில் அதிக ஆதரவு இல்லை. எந்தவித வன்முறைச் சம்பவமும் நடைபெற வில்லை. பாப்பாரப்பட்டியில் மட்டும் கிராமச்சாவடி தீயிடப்பட்டது. இதைச் செய்த காங்கிரஸ்காரர் தன் குற்றத்தை ஒப்புக்கொண்டுள்ளார். காங்கிரஸ் தொண்டர்கள் முன்சீப் நீதிமன்றத்தையும் மாவட்ட நீதிமன்றங்களையும் பலமுறை முற்றுகையிட்டனர். அவர்கள் அனைவரும் கைது செய்யப் பட்டனர். அஞ்சல் பெட்டி களவாடுதல், தந்திக்கம்பங்களைச் சாய்த்தல், தந்திக்கம்பிகளைத் துண்டித்தல் போன்ற சில சதி வேலைகள் நடந்தன. இரண்டு இடங்களில் தண்டவாள இணைப்புத் தகடுகள் (*Fish plates*) கழற்றப்பட்டன. ஆனால் விபத்துக்கள் ஏதும் நடைபெறவில்லை.

31 டிசம்பர் 1942 வரை
தடுப்புக் காவலில் வைக்கப்பட்டவர்கள்   ஒருவர்

31 டிசம்பர் 1942 வரை
தண்டிக்கப்பட்டவர்கள்   55 பேர்

கூட்டு அபராதம் எதுவும் விதிக்கப்படவில்லை.

தஞ்சாவூர்

ஆகஸ்ட் 13 முதல் 16 வரை முதற்கட்ட ஒத்துழையாமை இயக்கம் நடந்தது. இதில் நான்கு இடங்களில் (திருவாடனை, தஞ்சாவூர், மன்னார்குடி மற்றும் கும்பகோணம்) பெரும் வன்முறைச் செயல்கள் நடைபெற்றன. ஆகஸ்ட் 13ஆம் தேதி திருவாடனையில் ஒரு கும்பல் கடைகளை அடைக்க அச்சுறுத்தியது, தந்திக்கம்பிகளைத் துண்டித்தனர், மாவட்ட முன்சீப் மற்றும் துணைக் கருவூல அலுவலகங்களைச் சேதப்படுத்தினர். ஆகஸ்ட் 14ஆம் தேதி தஞ்சாவூரில் 144 தடை உத்தரவை மீறிப் பொதுக் கூட்டம் ஒன்றை நடத்த முயன்ற காங்கிரஸ்காரர் ஒருவர் கைது செய்யப்பட்டார். ஆகஸ்ட் 15ஆம் நாள் ஏறத்தாழ 1000 பேர் கொண்ட கும்பல் ஒன்று கம்பு, கத்தி மற்றும் கற்களைக் கொண்டு தந்திக்கம்பிகளையும் மின்சாரத் தெரு விளக்குகளையும் சேதப்படுத்தியது. பின்னர் இரயில் நிலையத் திற்குத் தீயிட்டுப் பெரும் சேதம் ஏற்படுத்தியது. கிட்டத்தட்ட ஒரு பர்லாங் நீளத்திற்குத் தண்டவாளத்தை அப்புறப்படுத்தினர். துணை நீதிபதி அலுவலகத்திற்கும் நகரசபை அலுவலகத் திற்கும் தீயிட்டனர். ஆகஸ்ட் 16ஆம் தேதி கும்பகோணத்தில் சுமார் 10,000 பேர் கொண்ட ரௌடிக் கும்பல் தந்திக்கம்பிகளை அறுத்தும் வளைத்தும் சாலைகளை மறித்தனர். காவல்துறை யினர் மீது கற்களையும் கண்ணாடித் துண்டுகளையும் வீசினர். இதில் காவல்துறை அதிகாரியும் நீதிபதியும் காயமடைந்தனர். கூட்டத்தைக் கலைக்கத் தடியடி நடத்தியும் பலன் ஏதும் இல்லை. எனவே தற்காப்பிற்காகக் காவல்துறையினர் துப்பாக்கிச் சூடு நடத்தினர். 19 சுற்றுகள் துப்பாக்கிச்சூடு நடந்ததில் இருவர் இறந்தனர். ஏழு பேர் காயமுற்றனர். கல்வீச்சில் பல காவல்துறையினருக்குக் காயம் ஏற்பட்டது.

31 டிசம்பர் 1942 வரை
தடுப்புக் காவலில் வைக்கப்பட்டவர்கள்　　ஒருவர்

31 டிசம்பர் 1942 வரை
தண்டிக்கப்பட்டவர்கள்　　　　　92 பேர்

கீழ்க்கண்ட ஊர்களுக்குக் கூட்டு அபராதம் விதிக்கப்பட்டது:

	ரூபாய்
மன்னார்குடி	*38,781*
திருவாடனை	*1,903*
மொத்தம்	*40,684*

திருநெல்வேலி

சிவில் சட்டமறுப்பு இயக்கம் இம்மாவட்டம் முழுவதும் பரவவில்லை. பிரச்சனைகளின் முக்கிய மையமாக இருந்தது திருச்செந்தூர் தாலுகா மட்டுமே. தொடர்புகொள்ளுவது சிரமமாக இருந்தாலும் மணல் நிறைந்த பகுதியாக இருந்தாலும் குற்றவாளிகளை உடனடியாகப் பிடிப்பது சிரமமாக இருந்தது. இது சட்ட ஒழுங்குச் சீர்குலைவுக்குப் பெரிதும் காரணமாக இருந்தது. திருநெல்வேலி நகரத்தில், மாணவர்கள் வேலை நிறுத்தங்களும் ஊர்வலங்களும் செய்தபின் கல்விக்கூடங்களில் ஏற்பட்ட பதற்றம் தணிந்தது. மாநிலத்தின் பிற பகுதிகளில் ஏற்பட்டதுபோல் பெரிய அளவிலான சட்ட ஒழுங்குப் பிரச்சனைகள் ஏற்படவில்லை.

என்றாலும் இம்மாவட்டத்தில் அரசாங்க அதிகாரியான உதவி உப்பு ஆய்வாளர் திரு. டபிள்யு. லோன், குலசேகரன் பட்டினத்தில் கொலை செய்யப்பட்டார். வன்முறைக் கும்பல் உப்பு ஆலையை இரவில் தாக்கிய போது, அதைத் தடுத்த அவர், அரிவாளாலும், வேல் கம்புகளாலும், கோடாரிகளாலும் தாக்கப்பட்டார்.

துப்பாக்கிச்சூடு நிகழ்த்துவதற்கான அவசியம் ஒரே ஒரு இடத்தில் மட்டும் ஏற்பட்டது. வாரண்ட் பிறப்பிக்கப்பட்ட ஒருவரைக் கைது செய்ய 22, செப்டம்பர் 1942 அன்று கட்டளை என்ற ஊருக்குச் சென்ற போலீஸ் படை, வேல்கம்புகளாலும் கற்களாலும் ஒரு கும்பலினால் தாக்கப்பட்டது; ஐந்து போலீசார் காயமடைந்தனர். போலீஸார் மூன்று ரவுண்டுகள் சுட்டனர். இதில் ஒருவர் இறந்தார்; இருவர் காயமுற்றனர்.

மாவட்டத்தில் நடைபெற்ற பிற வன்முறைகள் குறைவுதான். குரும்பூர் புகைவண்டி நிலையம் ஒரு கலவரக் கும்பலால் எரிக்கப்பட்டது; காடல்குடியில் போலீஸ் காவல்சாவடியும் தூத்துக்குடியில் கள்ளுக்கடை ஒன்றும் எரிக்கப்பட்டன. இரண்டாவது நிகழ்வில் கள்ளுக்கடையின் காவலாளியும் அவரது மனைவியும் இறந்தனர்.

பரவலாக மின்கம்பங்கள் சேதப்படுத்தப்பட்டன. மின் கம்பிகள் வெட்டப்பட்டன, திருடப்பட்டன. சேரன்மாதேவி அருகே தண்டவாளத்தில் மூன்று போல்ட்கள் அகற்றப்பட்டன; திருநெல்வேலிச் சந்திப்பிற்கு வடக்கே செல்லும் தண்டவாளத்தில்

இரண்டு இடங்களில் தண்டவாளத் தகடுகள் அகற்றப்பட்டன. ஆயினும் இதனால் விபத்துக்கள் ஏதும் நடைபெறவில்லை.

1942 டிசம்பர் 31 வரை தடுப்புக் காவலில் வைக்கப்பட்டவர்கள் 24 பேர்

1942 டிசம்பர் 31 வரை தண்டிக்கப்பட்டவர்கள் 123 பேர்

கீழ்க்கண்ட ஊர்களில் கூட்டு அபராதம் விதிக்கப்பட்டது:

ஆறுமுகநேரி, நாலுமாவடி, குறும்பூர் – 4500 ரூபாய்.

காந்தி மற்றம் இதர காங்கிரஸ் தலைவர்களின் கைதைக் கண்டித்தும், நாட்டில் நிகழும் கட்டுப்பாடற்ற சூழ்நிலைக்கும் அரசாங்கமே பொறுப்பு என்றும், 1942 ஆகஸ்ட் 29 அன்று மாவட்ட ஆட்சிக் கழகம் தீர்மானம் நிறைவேற்றியது. இதற்காக அது ஆறு மாதங்களுக்கு மூடக்கப்பட்டது. இதுபோன்ற தீர்மானத்தை 1942 செப்டம்பர் இருபதாம் நாளன்று நிறைவேற்றியமைக்காகத் திருநெல்வேலி நகர் மன்றம் ஆறு மாதங்களுக்கு முடக்கி வைக்கப்பட்டது.

திருச்சிராப்பள்ளி

ஒத்துழையாமை இயக்கத்திற்கு ஆதரவாகச் செயல்பட்ட ஒருவரைக் கைது செய்ய முயன்ற காவல்துறையைத் தடுத்த செயலைத் தவிர மாவட்டத்தில் வேறு நிகழ்வுகள் இல்லை.

தண்டவாள இணைப்புத் தகடுகளைக் கழற்றி இரயில் களைக் கவிழ்க்கச் செய்யும் சதி வேலைகள் இரண்டு நடந்தன. ஒன்று பயணிகள் இரயில், மற்றொன்று சரக்கு இரயில். இரண்டிலும் சேர்த்து சுமார் ரூ. 75,000 மதிப்பிற்குச் சேதம் ஏற்பட்டது.

தீயிடும் சம்பவமோ கொள்ளையோ நடக்கவில்லை. ஆரம்பத்தில் மாணவர்களின் வன்முறைச் சம்பவங்கள் தவிர வேறு சம்பவங்கள் இல்லை. ஒத்துழையாமை இயக்கம் விரைவில் வலுவிழந்தது.

31 டிசம்பர் 1942 வரை
தடுப்புக் காவலில் வைக்கப்பட்டவர்கள் 23 பேர்

31 டிசம்பர் 1942 வரை
தண்டிக்கப்பட்டவர்கள்   16 பேர்

கூட்டு அபராதம் எதுவும் விதிக்கப்படவில்லை.

அரசியல் நேர்மை

சி. வி. ராஜகோபாலாச்சாரி
எழுதியது

ஆகஸ்டு 48]   [விலை 0-4-0

முன்னுரை

எப்பொருள் யார்யார்வாய்க் கேட்பினும் அப்பொருள்
மெய்ப்பொருள் காண்ப தறிவு.

விஷயத்தின் உண்மையை அறிய விரும்புவோர்
வெறுப்பு விருப்பில்லாமல் விஷயத்தைக் கேட்க வேண்டும்.
தலைவர்கள் தவறிழைக்க மாட்டார்கள் என்றும்
ஒருக்கால் அவர்கள் தவறிழைத்தாலும் அதைக்
கண்டிக்கத் தொண்டர்கள் முற்படுவது நியாயமல்ல
வென்றும் சொல்லக் கூடாது. "யார் வாய்க் கேட்பினும்
மெய்ப் பொருள் காண்பதறிவு" என்ற அடிப்படையி
லேயே உண்மையை அறிய முயற்சி செய்வதே நியாயம்.

இதற்கு முன் ஆங்கிலத்தில், நான் வெளியிட்டிருந்த
பல சிறு புத்தகங்களில் கண்ட விஷயங்களையே பெரும்
பாலும் இந்த வெளியீட்டில் சேர்த்திருக்கிறேன்.
அவைகள்:

(1) *"Political Realism"* (1914) *(உண்மை அரசியல்)*

(2) *"Confession of a Congressman"* (1944) *(ஒரு
காங்கிரஸ்காரன் ஒப்புக்கொண்ட உண்மை)*

(3) *"Creed and Camouflage in Congress Politics"* (1946)
*(காங்கிரஸ் அரசியல் கொள்கையில் பித்த
லாட்டம்)*

(4) *"A Call To True Congressmen"* (1948) *(உண்மை
காங்கிரஸ்காரர்களுக்கு ஓர் அழைப்பு)*

இவைகளைத் தவிர மகாத்மா காந்தி, பண்டித
நெஹ்ரு, காங்கிரஸ் காரியதரிசி முதலியவர்களுக்கு

நான் அவ்வப்போது எழுதிய கடிதங்களையும் இந்த வெளி யீட்டில் சேர்த்திருக்கிறேன். மகாத்மா காந்தியின் அந்தரங்கக் காரியதரிசியாகவிருந்த காலஞ்சென்ற மகாதேவ தேசாய் அவர் களுக்கு 26.7.42இல் நான் ஒரு கடிதம் எழுதினேன். அதில் நான் நான்கு தடவைகள் சிறை சென்றிருப்பதாயும், போலீஸா ரிடம் அடியும் பட்டிருப்பதாயும் எழுதியுள்ளேன். அவ்வாறு அவருக்கு நான் எழுதியதின் நோக்கம் என் வாதத்திலுள்ள நியாயத்திற்கு பக்கபலம் காட்டுவதற்கல்ல. அந்தக் கடிதம் சிறை வாழ்க்கைக்குப் பயந்த ஒருவனால் எழுதபட்டதல்ல வென்றும் ஒரு தடவைக்கு நான்கு தடவைகள் அந்த கஷ்டங் களை ஏற்று அனுபவித்த ஒரு தொண்டனால் எழுதப்பட்ட கடிதம் என்பதையும் அவர் அறிய வேண்டும் என்பதும், அப்போது தான் அந்தக் கடிதம் காந்தியடிகளின் பார்வைக்குச் செல்லும் என்ற எண்ணமும் என்னை அவ்வாறு எழுதும்படித் தூண்டியது.

வாதப் பிரதி வாதங்களுக்கு காரியகாரணங்களை ஆதாரமாக எடுத்துக் காட்ட வேண்டுமேயன்றி "நான் பலமுறை ஜெயில் சென்ற தியாகி, அடிபட்ட வீரன், காங்கிரஸ் இயக் கத்தில் நெடுநாள் ஈடுபட்டதின் பயனாக சொத்தை இழந்தேன். எனவே நான் சொல்வதுதான் உண்மை. அதுவே நியாயம்" என்று வாதிப்பது உண்மையை அறிந்து நியாயம் வழங்க உதவாது. இந்த முறையைச் சரியென்று ஒப்புக்கொண்டால் அதன் முடிவு என்னாகும்? ஒருமுறை சிறை சென்றவர் செய்யும் வாதத்திலுள்ள நியாயத்தைக் காட்டிலும் இரண்டு மூன்று முறைகள் சிறை சென்றவர் செய்யும் வாதத்தில் மேலான உண்மையும் நியாயமுமிருப்பதாக ஒப்புக்கொள்ள வேண்டி வரும். ஒரு ஆயிரம் ரூபாய் மதிப்புள்ள ஆஸ்தியைப் பொது நலனுக்காகத் தியாகம் செய்தவரின் வாதத்திலுள்ள நியா யத்தைக் காட்டிலும் அதிக சொத்துக்களைத் தியாகம் செய்தவர் செய்யும் வாதத்தில் மேலான உண்மையும் நியாயமிருப்பதாக ஒப்புக்கொள்ள வேண்டிவரும். வாதப் பிரதிவாதத்திற்கு மதிப்பு, கசடற விஷயத்தை விமர்சனம் செய்வதிலேயே யிருக்கிறது. "ஆகஸ்டுத் தியாகியின் வாதமே சரி" என்று ஒரு கட்சியாரும் "அது தப்பு" என்று மற்றொரு கட்சியாரும் கும்பல்கூடி கூச்ச லிடுவதால் நியாயம் விளங்கிவிடாது. அது முடிவில் நியா யத்தையே தியாகம் செய்வதில் கொண்டுவிடும். அதனால் நாட்டில் அனியாயம் அதிகமாகும். மக்கள் மனம் குழம்பி செய்வதறியாது விழிப்பார்கள். நியாயத்தையும் தியாகம் செய்து மக்கள் நலத்தையும் மறந்து தங்கள் தங்கள் கட்சிக்குப் பலம் சேர்ப்பாருமுண்டு. நான் அந்த இனத்தைச் சேர்ந்தவனா, இல்லையா? என்பதைப்பற்றி வாசகர்கள்தான் தீர்ப்புக் கூற வேண்டும்.

இந்த வெளியீடு இப்போது நாட்டின் தலைவர்களாகவும், அரசுபுரிவோர்களாகவும் இருப்பவர்களின் மனத்தை மாற்றும் நோக்கத்தோடு எழுதியதல்ல. அது மகாத்மா காந்தியடிகளா லேயே ஆகாத காரியம். பிறகு இதை வெளியிடுவதின் நோக்கம் என்னவென்றால்:

வருங்காலத்துத் தலைவர்களாக விளங்கப்போகும் வாலிபர்கள் நாட்டின் பெறுமையையும், பொருளையும், மக்களின் அறிவையும் சுகத்தையும் பெருக்கத் திட்டமிட முற்படும்போது, ஆவேச ஆர்ப்பாட்ட உணர்ச்சிகளுக்கு ஆளாகாமல் நுண்ணிய அறிவின் உதவியைக்கொண்டு தெளிவான திட்டம் வகுக்க முன்வரவேண்டும்

என்பதே எனது ஆசையும் நோக்கமுமாகும்.

மதராஸ்ஸி.வி. ராஜகோபாலாச்சாரி

ஆகஸ்டு, 1948

மதிப்புரை

நமது நாட்டு அரசியல் ஸ்தாபனங்களில் பழம் பெருமை வாய்ந்தது காங்கிரஸ். இந்திய மக்களின் உரிமைக் காகப் பல தியாகங்களைச் செய்ததும் காங்கிரஸ்தான். அதுவே மக்களின் சுதந்தர உணர்ச்சிக்கு விதை விதைத்தது. அவ்விதையின் பலன்தான் உரிமைக்காகப் போராடப் பல கட்சிகள் தோன்றியதும்.

"நமது நாடு செல்வங் கொழிக்கும் சிறந்த நாடு; நமது செல்வங்கள் அந்நியரால் சுரண்டப்படுகின்றன; விவசாயம், கைத்தொழில்கள் பெருகுவதற்கான வசதிகள் நமது நாட்டில் ஏராளம். அந்நிய ஆட்சி காரணமாக அவைகளின் வளர்ச்சி தடைப்படுகின்றன. இதனால் நமது மக்கள் வறுமையால் வாடுகின்றனர். அந்நிய ஆட்சியே வறுமைக்குக் காரணம். ஆதலால் நமது நாட்டை நாமே ஆளும் உரிமை வேண்டும்."

இதுவே காங்கிரஸ் மகா சபையின் முக்கிய நோக்கம். இந்நோக்கத்தை நிறைவேற்றவே காங்கிரசில் பலர் சேர்ந்தனர். அதன் கட்டளைகளுக்குக் கீழ்ப்படிந்தனர்; பல தியாகங்களைச் செய்தனர். காங்கிரஸ் நடத்திய போராட்டங்களில் சேர்ந்தவர்களில் பலர், தங்கள் சொத் துக்களையிழந்தனர்; நல்ல பெயர் பெற்றுச் சுகமாக வாழ வேண்டிய தங்கள் நிலையைக் கெடுத்துக்கொண்டனர்; துன்பம் இன்றி இல்லத்தில் இன்பத்தோடு வாழக்கூடிய வசதியுடைய பலர் சிறை புகுந்தனர்; தடியடி பட்டனர்; துப்பாக்கிக் குண்டுகளுக்கு இரையாயினர்; இவர்கள் எல்லோரும் வேண்டுமென்றே, மகிழ்ச்சியுடனேயே இந்தக் கஷ்டங்களை ஏற்றுக்கொண்டனர் இதற்குக்

காரணம், ஏழ்மையால் வாடும் இந்திய மக்களிடம் அவர்களுக் கிருந்த இரக்க சிந்தைதான்.

இன்று அந்நியர் ஆட்சி நமது நாட்டில் இல்லை; ஆம். இல்லைதான். ஆனால் நமது மக்களின் நிலைமையில் மாறுதல் இல்லை. எந்த ஏழை மக்களின் இன்னலைத் தீர்க்க வேண்டும் என்று காங்கிரஸ் கூறியதோ, அந்த ஏழை மக்களின் நிலைமையில் மாறுதல் இல்லை. அன்று கண்டதற்கு அழிவில்லாமலே காட்சியளிக்கின்றனர்.

நமது நாட்டில் வாழும் எல்லோருக்கும் உணவு வேண்டும், உடை வேண்டும்; உறைவதற்கு இடம் வேண்டும்; எல்லோரும் கல்வியறிவு பெற்று, நோயற்ற வாழ்வு வாழ்ந்து இன்புற்றிருக்க வேண்டும்; இதற்காகவே மக்களாட்சி வேண்டும்; என்று மகாத்மா காந்தியடிகள் மாநிலத்தை விட்டு மறையும் வரையிலும் கூறி வந்தார். இன்று மக்களாட்சி நடைபெறுவதாகக் கூறப்படுகிறது. ஆனால் மகாத்மா காந்தியின் எண்ணம் – சொல் நிறைவேறி விட்டதா? மகாத்மாவிடம் மனப்பூர்வமான பக்தி கொண்ட மக்களே! சிந்தித்துப் பாருங்கள்!

இன்றைய ஆட்சி மக்களுடைய ஆட்சி. அந்நிய ஆதிக்கத்தை ஒழிக்கப் போராடிய காங்கிரஸ் ஆட்சி; சத்தியத்தையும், அஹிம்சையையும் அடிப்படையாகக் கொண்ட மகாத்மா காந்தியின் வழி நின்ற காங்கிரஸ் ஆட்சி எல்லா மக்களும் இன்புற்றிருக்க வேண்டும் என்னும் கொள்கையுடைய காங்கிரஸ் ஆட்சி; தன்னலந்துறந்து மக்களின் நலத்திற்காகத் தியாகஞ் செய்த தொண்டர்களையும் தலைவர்களையும் ஈன்றெடுத்த காங்கிரஸ் ஆட்சி என்று கூறப்படுகிறது. ஆம் உண்மையாக இருக்கலாம்!

ஆனால் இன்றைய காங்கிரஸ்காரர்களைப் பற்றி, பண்டித நேரு, ஆச்சார்ய கிருபாலினி, ராஜேந்திர பிரசாத், கொண்டா வெங்கடப்பையா, சங்கரராவ் தேவ் போன்றவர்கள் கூறியிருப் பதைக் கொஞ்சம் நினைவூட்ட விரும்புகிறேன்.

காங்கிரஸ்காரர்கள் பலர் பதவிமோகம் கொண்டுவிட்டனர். உத்தியோக வேட்டையில் இறங்கிவிட்டனர்; காங்கிரஸ் காரன் என்ற பெயர் வைத்துக்கொண்டு, அதிகாரிகளை மிரட்டுகின்றனர்; அவர்களுடைய அதிகாரத்தை தவறான வழியில் செலுத்தித் தன்னலத்தைச் சாதித்துக் கொள்ளு கின்றனர். காங்கிரசின் பெயரால் பலர் கள்ளமார்கெட் செய்கின்றனர்; பொதுமக்களை ஏமாற்றுகின்றனர். காங் கிரசின் புனிதமான பெயருக்கு இழுக்குத் தேடுகின்றனர்; மகாத்மா காந்தியின் மாசற்ற கொள்கைகளை மண்மூடிப் போகச் செய்கின்றனர்

என்ற கருத்துக்களை வெளியிட்டிருக்கின்றனர். இவை காங்கிரஸ் காரர்களைப் பற்றிக் காங்கிரஸ்காரர்களாலேயே வெளியிடப் பட்ட கருத்துக்கள். ஆதலால் இவற்றைக் காங்கிரஸ் எதிரிகளால் கூறப்பட்டவைகள் என்றோ, காங்கிரஸ்காரர்கள் மேல் வெறுப் புற்றவர்கள் வெகுண்டு கூறிய மொழிகள் என்றோ தள்ளிவிட முடியாது. இல்லாதது பிறக்காது; அள்ளாதது குறையாது; காங்கிரஸ் ஸ்தாபனத்தின் பெயருக்குக் களங்கம் வரக்கூடா தென்று கருதியவர்கள் கவலைப்பட்டுக் கூறிய மொழிகளாகவே கொள்ளவேண்டும்.

காங்கிரசின் கொள்கை, காங்கிரஸ்காரர்களால் கைவிடப் பட்டுவிட்டது என்பதை மறைக்க முடியாது. இந்த நிலைமைக்குக் காங்கிரஸ் வந்தது ஏன்? என்பதைப் பற்றித்தான் இப்புத்தகம் கூறுகிறது. காங்கிரசின் ஆகஸ்டுத் தீர்மானந்தான் இந்தக் கோளாறுகளுக்கெல்லாம் காரணம் என்பது இந்நூலாசிரிய ரின் முடிவான கருத்து:

இதன் ஆசிரியர், ஸ்ரீ.சி.வி. ராஜகோபாலாச்சாரியார் பழங்காலக் காங்கிரஸ் ஊழியர். காங்கிரஸ் இட்ட ஒவ்வொரு கட்டளைக்கும் கீழ்ப்படிந்து நடந்தவர்! தடியடி பட்டவர்; பலமுறை சிறை சென்றவர்! ஆகஸ்டு தியாகியும்கூட. இத்தகைய உண்மையான காங்கிரஸ்காரர் ஒருவர் சொல்வதை – அதுவும் அநுபவத்தில் சொல்லுவதை எவரும் அலட்சியம் செய்ய முடியாது.

இரண்டாவது யுத்தம் ஏற்பட்ட சமயத்தில், உலகத்தையே பாசிசத்தின் கீழ் அடிமையாக்கும் எண்ணத்துடன் ஹிட்லரால் தொடங்கப்பட்ட யுத்த சமயத்தில் திடீர் என்று காங்கிரஸ் தனது கொள்கையை மாற்றிக்கொண்டு, போராட்டத் தீர்மா னத்தை நிறைவேற்றியது தவறு.

இரண்டாவது, ஆகஸ்ட் தீர்மானத்தைச் சாக்காக வைத்துக் கொண்டு, காங்கிரஸ்காரர்களிலேயே பலர் தண்டவாளத்தைப் பெயர்த்தனர், தந்திக் கம்பிகளை அறுத்தனர்; அரசாங்கக் கட்டிடங்களைத் தீக்கிரையாக்கினர்; இச்செயல்கள் காங்கிரசின் அடிப்படைக் கொள்கையான சத்தியத்துக்கும், அஹிம்சைக்கும் முரணானவை.

மூன்றாவது, காங்கிரஸ் தீர்மானத்தின் விளைவாகவே ஆகஸ்ட் கலவரம் நடந்திருந்தும், மகாத்மா காந்தியடிகள் அதை ஒப்புக்கொள்ளவில்லை. ஆகஸ்ட் கலவரத்துக்கும் காங்கிரசுக்கும் சம்பந்தம் இல்லை. காங்கிரசின் கொள்கை சத்தியமும் அஹிம்சையுந்தான். காங்கிரஸ்காரர்கள் யாரேனும் அக்கலவரங்களில் கலந்திருந்தால் அது அவர்களுடைய

தனிப்பட்ட செய்கையாகும்; காங்கிரசின் செய்கையாகாது; என்று கூறியது பொருத்தம் அல்ல.

நான்காவது, காங்கிரஸ் காரியக்கமிட்டி, சிறையிலிருந்து வெளிவந்தவுடன், பண்டித நேரு போன்றவர்கள் ஆகஸ்டுப் போராட்டத்தை ஆதரித்தனர்; அப்போராட்டத்தில் ஈடுபட்டவர் களைத் தியாகிகள் என்று புகழ்ந்தனர்; அவர்களுடைய தியாகத்தைக் காங்கிரஸ் ஏற்றுக்கொள்வதாகக் கூறினர். இச்சமயம் மகாத்மா காந்தி வாய்மூடி மவுனியாகிவிட்டார். காங்கிரசின் அடிப்படைத் தத்துவமான உண்மையும், அஹிம்சை யும் பறந்து போனதைப் பார்த்துக்கொண்டும் சும்மாவிருந்து விட்டார். இதுவும் தவறு.

ஐந்தாவதாக, சென்ற பொதுத் தேர்தலில் காங்கிரசின் அடிப்படைத் தத்துவத்தைத் தகர்த்தெறிந்த ஆகஸ்ட் தியாகி களுக்கே தேர்தலில் முதல் இடம் என்று தீர்மானிக்கப்பட்டது. இன்று பதவியிலிருப்பவர்கள் பெரும்பாலும் ஆகஸ்டு தியாகத்தின் பேரால் பதவியில் இருப்பவர்கள். ஆகவே இவர்கள் காங்கிரசின் அடிப்படைக் கொள்கையைக் கைகழுவினவர்கள். இத்தகையவர் களால் நடத்தப்படும் ஆட்சியைக் காங்கிரஸ் ஆட்சி என்று எப்படிக் கூறுவது. கூற முடியாது.

ஆறாவதாக, காங்கிரசின் நல்ல பெயர் அழியாமல் இருக்க வேண்டுமானால், காங்கிரஸ் ஸ்தாபனத்தையே கலைத்துவிட வேண்டும். காங்கிரசின் கொள்கை உண்மையும், அஹிம்சையும். அவை இன்றைய காங்கிரஸ்காரர்களிடம் கடுகளவும் இல்லை. ஒரு ஸ்தாபனத்தின் அடிப்படைக் கொள்கையைப் பின்பற்றா தவர்கள், அந்த ஸ்தாபனத்தின் பெயரால் மக்களை ஏமாற்றுவது தவறு. ஆதலால் காங்கிரசைக் கலைத்துவிடுவதே நலம்.

ஏழாவதாக, தியாகிகள் என்பவர்கள், இன்று அரசாங்கத்தின் பதவி வேட்டையில் இறங்கிவிட்டனர்; தங்கள் தியாகத்திற்குக் கூலியாக ஐந்து ஏக்கர் நிலமாவது வேண்டுமென்ற முடிவுக்கு வந்துவிட்டனர், உண்மைத் தியாகிகள் இதைச் சிந்தனை செய்து பார்க்க வேண்டும். எந்த நோக்கத்திற்காக இதுவரையில் காங்கிரசின் மூலம் பாடுபட்டார்களோ, அந்த நோக்கமே இன்னும் நிறைவேறவில்லை. இந்நிலையில் உழைப்புக்குப் பலன் பெற முன்னிற்கும் இவர்கள் நிலைமை இரங்கத்தக்கது.

எட்டாவதாக, நமது நோக்கம் இன்னும் நிறைவேறவில்லை; காங்கிரசின் கொள்கை இன்னும் நிறைவேறவில்லை. மகாத்மா காந்தியின் கனவு இன்னும் நனவாகவில்லை. ஆகையால் உண்மையான தியாகிகளும், தொண்டர்களும் இந்த நாட்டு

மக்களின் வறுமையைப் போக்க – இந்த நாட்டில் உள்ள கொடுமையை ஒழிக்க – இந்த நாட்டில் நிலவும் பலதிரப்பட்ட உயர்வு தாழ்வுகளைத் தகர்த்து ஒன்றுபட்ட சமுதாயத்தை உண்டாக்கப் பணிபுரிய வேண்டும்.

இக்கருத்துக்களை இவ்வாசிரியர் தமது கடிதங்களின் மூலம் வெளியிட்டிருக்கிறார், துண்டுப் பிரசுரங்களின் மூலம் வெளியிட் டிருக்கிறார். அவைகளையெல்லாம் தொகுத்து இப்பொழுது புத்தக உருவில் தருகிறார். இவற்றைப் படித்து உண்மை உணர வேண்டியது மக்களுக்குக் கடமையாகும்.

நான் சுயமரியாதைக்காரன். சமுதாயத்தில் உள்ள மூட நம்பிக்கைகள் ஒழிய வேண்டும். சாதி மதங்கள் ஒழிய வேண்டும்; பொருளாதார சமத்துவம் ஏற்பட வேண்டும் என்று போராடிய சுயமரியாதை இயக்கத்தில் பங்குகொண்டிருந்தவன். இத்தகைய இயக்கம் அறிந்தோ அறியாமலோ, சாதிமத வெறுப்பு அழிவதற்கு மாறாக, அவை மேலும் மேலும் வளரும் வழியில் சென்றது கண்டு மனம் வெதும்பி அவ்வியக்கத்தை விட்டு விலகினேன். காங்கிரசின் மூலம் இதைச் சாதிக்க முடியும் என நம்பி 1942இல் காங்கிரசில் சேர்ந்தேன். அங்கும் எனக்கு இடமில்லை யென்று கண்டேன். 1946 முதல் ஓரியக்கத்திலும் சேராமல் ஒதுங்கியிருக்க வேண்டியவனாகிவிட்டேன்.

ஆனால் எனது நண்பர் சி.வி.ராஜகோபாலாச்சாரி அவர்களோ விடாக்கண்டராயிருக்கிறார். தன் நோக்கத்தைக் காங்கிரஸ் தலைவர்களிடம் வலியுறுத்திக் கூறியிருக்கிறார். தன் கொள்கையைக் காங்கிரஸ்காரர்கள் ஒப்புக்கொள்ள வேண்டும் என்பதற்காக எவ்வளவோ முயற்சி செய்து பார்த்து விட்டார். எல்லா முயற்சியும் நிறைவேறாத காரணத்தாலேயே மனவேதனையுடன் கடைசியாகக் காங்கிரசை விட்டு விலகினார். விலகியும் இன்னும் காங்கிரசின் நல்ல பெயரைக் காப்பாற்ற வேண்டும் என்னும் எண்ணத்தை – முயற்சியைக் கைவிட வில்லை.

இவருடைய உழைப்பு தன்னலங் கருதியதன்று. இவர் தன்னலங்கருதும் தியாகியாகவிருந்தால் நல்ல பலன் பெற் றிருக்கலாம். இவர் ஒரு சிறிய இனாம்தார்; வைத்தியநாதய்யர் வரதாச்சாரியார் கோஷ்டியில் சேர்ந்து இனாம் ஒழிப்பை எதிர்த்தால் நல்ல லாபம் பெறுவார்; ஆகஸ்டு தியாகத்தைப் பயன்படுத்திக்கொண்டிருந்தால், சட்டசபை மெம்பராகவாவது வந்திருக்கலாம்; பல முறை சிறை சென்றதைப் பயன்படுத்திக் கொண்டு ஐந்து ஏக்கர் நிலத்திற்கு விண்ணப்பம் போட்டிருந்தால் கட்டாயம் கிடைத்திருக்கும்.

இவற்றையெல்லாம் இவர் விரும்பவில்லை வெறுக்கிறார். உண்மைத் தியாகியென்றால் இவர்தான். இவருடைய நோக்கம், இந்த நாட்டு மக்கள் எல்லாவகையிலும் உயர்வு தாழ்வற்ற ஒரே சமுதாயமாக ஒன்றுபட்டு வாழ வேண்டும் என்பதுதான். இதற்காகவே இந்த நோக்கத்தை நிறைவேற்றுவதற்காகவே – நம் காலத்தில் நிறைவேறாவிட்டாலும், நமது பிற்கால சந்ததிகள் நாம் எண்ணுகிறபடி வாழ்வது உறுதி என்ற தளராத நம்பிக்கையுடன் தொண்டாற்றி வருகின்றார். இவருடைய உண்மை நோக்கத்தையும், உறுதியையயும் உலையாத முயற்சியை யும் பின்பற்ற வேண்டியதும், பாராட்ட வேண்டியதும், நமது நாட்டின் கடமை என்பதை வலியுறுத்துகிறேன்.

பொதுத் தொண்டில் ஈடுபட்டவர்கள், நேர்மையாகவும், உண்மையாகவும் நடந்துகொள்ள வேண்டும் என்பதை இவ ருடைய வாழ்க்கையும், தொண்டும், எழுத்தும் உணர்த்து கின்றன. யாருடைய வெறுப்புக்கும், விலக்குக்கும் அஞ்சாமல் உண்மையைக் கூறுவோர்க்குப் பல கஷ்டங்கள் நேர்வது இயல்பு. அந்தக் கஷ்டங்களைத் தாங்கும் மனோவலிமை படைத்தவர்க ளாலேயே உண்மை வழியில் நடக்க முடியும். இத்தகைய மனோவலிமை எனது நண்பரிடம் இருப்பதனால்தான் இவர் இன்றும் உடல் தளர்ந்தாலும்; உள்ளந்தளராமல் உழைத்து வருகிறார். இவர் முயற்சியும், நோக்கமும் நிச்சயம் வெற்றி பெறும் என்ற நம்பிக்கை எனக்கும் உண்டு. அதனாலேயே இவர் முயற்சியைப் பாராட்டுகிறேன். படியுங்கள்! உண்மை உணருங்கள்.

<table>
<tr><td>சென்னை</td><td>இங்கனம்,</td></tr>
<tr><td>ஆகஸ்டு, 1948</td><td>சாமி. சிதம்பரன்</td></tr>
</table>

அரசியல் நேர்மை

எண்ணித் துணிக கருமந் துணிந்தபின்
எண்ணுவம் என்பது இழுக்கு.

1939ஆம் வருடம் இரண்டாவது மகா யுத்தம்
ஆரம்பமாயிற்று. இந்தியாவில் பிரிட்டிஷ் ஆட்சிக்குத்
தொந்தரவு கொடுக்கக் கூடாது என்ற ஒரு கொள்கையை
காங்கிரஸ் அப்போது கைக்கொண்டிருந்தது. அதன்
காரணத்தால் தான் 1940 – 41 வருடங்களில் நடந்த தனி
நபர் சத்தியாக்கிரஹ இயக்கத்தை மும்முரமாக நடந்தாமல்
ஏனோதானோவென்று நடத்தப்பட்டது. அந்த இயக்கம்
சீர் குலைத்து நின்றுவிட அனுமதிக்கப்பட்டது. ஆனால்
பிறகு (1942 ஆகஸ்டு) மும்முரமான பொதுஜனப்
போராட்டத்தை ஆரம்பிக்க வேண்டுமென்று தீர்மானிக்கப்
பட்டது. ஒன்றன்பின் ஒன்றாய் பல போர் முனைகளில்
நேசதேச நாட்டுப் படைகள் தோல்வியடைந்து வந்தசமயம்
அது. அச்சமயத்தில்தான் வேண்டுமென்றே கொள்கை
மாற்றம் செய்யப்பட்டது. 1942 ஜூலை மாதம் 14ஆம்
தேதி வார்தாவில் கூடிய காங்கிரஸ் காரியக்கமிட்டி
போர்முரசு கொட்டி ஓர் தீர்மானத்தை நிறைவேற்றியது.
அதை அனுசரித்துத்தான் "ஜெகமெங்கும் புகழ்வேற்ற
ஆகஸ்டுத் தீர்மானம்" வகுக்கப்பட்டது. 1939இல் பிரிட்டிஷ்
ஆட்சிக்குத் தொந்தரவு கொடுத்தால் ஹிட்லருக்குச் சகாயம்
செய்தது போலாகும் என்ற நினைப்பிருந்தது. 1942இல்
பிரிட்டிஷ் மக்கள் திண்டாடும்போது அவர்களுடைய
திண்டாட்டம் அதிகமாகும் முறையில் காங்கிரஸின்
கொள்கையை மாற்றியமைக்கப்பட்டது. என்றாலும்
காங்கிரஸின் அனுதாபம் 100க்கு 100 நேசதேச மக்களுக்கே
உரித்தானது என்றும் தம்பட்டமடிக்கப்பட்டது. அது

சமயம் இந்தியாவில் நடந்து வந்த யுத்த முயற்சியை ஸ்தம் பிக்கச் செய்திருந்தால் நேச நாடுகள் பாடு திண்டாட்டமாக விருந்திருக்கும். அப்போது ஆரம்பிக்கவிருந்த பொதுஜனப் போராட்டத்தின் நோக்கம், யுத்த முயற்சியை ஸ்தம்பிக்கச் செய்வதற்கல்ல என்றும் சொல்லப்பட்டது. "ரத்தம் சிந்தாமல் கழுத்தை அறுப்பேன். ரத்தம் சிந்தினால் அது கழுத்தின் குற்றம்" என்பது போன்ற வாதமே இது.

நேர்மையான முறை

"யுத்த முயற்சிக்குப் பங்கமில்லாமல் பொதுஜன இயக்கம் நடத்தி வெள்ளையனை விரட்டி விடுவோம்" என்ற வாதம் நேர்மையானதல்ல. இந்த சந்தர்ப்பத்தில் காந்திஜி 8.2.42 வெளியான "ஹரிஜன்" இதழில் நேர்மையான வழியில் 'கொள்கையை மாற்றுவது எப்படி?' என்னும் விஷயமாக, குறித்த குறிப்பை இங்கு தருவது மிகவும் பொருத்தமாக விருக்கும்... அது வருமாறு:

அவசிய மேற்படுகிற சமயங்களிலெல்லாம் அரசியல் செயல் முறையை மாற்றிக்கொள்ளலாம். ஆனால் அந்த மாறுதல் நேர்மையான வழியில் மனமறிந்து செய்ததாக விருக்க வேண்டும். செய்கையில் நேர்மை முறையைப் பின்பற்றாமலிருக்கும்போது, ஒருவன் அதைப் பின்பற்றுவது போல் வீணாகப் பாசாங்கு செய்வது தன்னையும் உலகையும் ஏமாற்றுவதாகும்.

இப்போதாவது சொல்லட்டும்

"சாந்தமும் சந்தியமும் மேலோங்கி நிற்க, தன் குற்றங் கடிந்து, பிறர் குற்றம் பொறுத்துச் சுயநலங் கருதாது பிறர் நலங்கருதி மக்கள் மேன்மையுறச் சலியாது உழைப்போம்" என்னும் கருத்தடங்கிய உறுதிமொழிப் பத்திரத்தில் பல தடவை கையெழுத்திட்ட (கைநாட்டல்ல) காங்கிரஸ் தலைவர்களும் தொண்டர்களும் காந்திஜி கூறிய நேர்மையான முறையில் தங்கள் கொள்கைகளை மாற்றிக்கொண்டார்களா வென்று இப்போதாவது சொல்லட்டும்.

மகாதேவ் தேசாய்க்கு கடிதம்

1942 ஜூலை 14ஆம் தேதி கூடிய காங்கிரஸ் காரிய கமிட்டி யில் பொது ஜனப் போராட்டம் ஆரம்பிப்பது என்று தீர்மானித் தார்கள்.

அந்த தீர்மானத்தை பத்திரிகையில் படித்தவுடன் என் நெஞ்சில் ஓர் திகில் ஏற்பட்டது. அந்த தீர்மானத்தை அமுல்

நடத்தும்படி ஜில்லா கமிட்டியார் உத்திரவிட்டால் என்போன்ற தொண்டர் என்ன தொண்டு செய்வது? என்று என் மனதி லெழுந்த சந்தேகத்தையும் அதன் காரணங்களையும் கண்டு ஸ்ரீ மகாதேவ தேசாய் அவர்களுக்கு 26.7.42இல் ஓர் கடிதம் எழுதினேன். அது வருமாறு :

நான் ஒரு தலைவனல்ல. ஒரு எளிய தொண்டன். நான் இதுவரையில் நான்கு தடவைகள் சிறை தண்டனை பெற்று அனுபவித்திருக்கிறேன். ஒருமுறை போலீஸ் தடியடிக்கும் ஆளாகியிருக்கிறேன். எனினும் வரப்போகும் போராட்டத் தில் கலந்துகொள்ள நான் இஷ்டப்படவில்லை. அஹிம்சா முறையில் நடத்தப்படும் போராட்டங்களுக்குப் புரட்சி கரமான அரசியல் பலன்களை உண்டாக்கும் சக்தி கிடையாது என்பது என் கருத்து. அஹிம்சா முறையைக் கையாண்டு நடத்தப்படும் இயக்கங்கள் (எதிரிகளுடன்) பேச்சு வார்த்தைகள் நடத்தவும், சமரஸம் செய்து கொள்ளவும் சாதகமான நிலைமையை உண்டாக்குமே யொழிய, புரட்சிகரமான அரசியல் மாறுதல்களை உண்டாக்காது. "கிரிப்ஸ் திட்டம்" சமரஸம் பேசும் நிலைமைக்கு அவசியமானதைப் பூர்த்தி செய்திருக்கிறது. இப்போது சத்யாக்கிரஹம் செய்தால் அந்த திட்டத்தில் காணப்படும் சலுகைகளைவிட மேலான சலுகைகளைப் பெறும் நிலைமையை அது உண்டாக்கிவிடாது. மேலும், புரட்சிகரமான அரசியல் போராட்டங்களை சத்தியாக் கிரஹ முறையில் நடத்தி வெற்றியடைய முடியாது. சத்தியாக்கிரஹ முறை பஹிரங்கமானது, பலாத்காரமற்றது. புரட்சிப் போராட்ட முறை அவ்விதம் இருக்க மாட்டா. ஆரம்பம் செய்ய உத்தேசித்திருக்கும் பொது ஜனப் போராட்டம், சத்தியாக்கிரஹ முறையைக் கையாள் வோருக்கும் புரட்சி முறையைக் கையாள்வோருக்கும் இடையே விரோதத்தை உண்டுபண்ணும். இப்போது கற்பனை செய்து ஊகிக்க முடியாத பல விபரீதங்களை அது விளைவிக்கும். சிண்டு முடிந்து சண்டையை மூட்டி விடும் விஷமிகள் விரிக்கும் வலையில் சிந்தனை செய்து செயலிலிறங்கும் சக்தியற்ற வாலிபர்கள் சிக்கிக்கொள்ளும் படி அது செய்துவிடும்.

ஆகஸ்டு தீர்மானம்

அதன் பிறகு வந்தது ஆகஸ்டு தீர்மானம். அச்சமயம் நான் சித்தூர் ஜில்லாவிலிருந்தேன். ஆகஸ்டு தீர்மானத்தை

நான் ஒப்புக் கொள்ளவில்லை. என்றாலும், தேசீய காங்கிரஸின் நல்ல பெயருக்கும் மதிப்புக்கும் மகாத்மா காந்தியின் கீர்த்திக்கும் பங்கம் ஏற்படும் முறையில் நாட்டில் நடக்கும் செயல்களை நல்ல முறையில் திருப்ப வேண்டுமென்று முயற்சி செய்ய முற்பட்டேன். நாசவேலைகளையும் ரகசிய முறைகளையும் கைவிட்டு விட்டு சத்தியாக்கிரஹ முறையைக் கையாண்டு சர்க்காரின் பேயாக்ஷியைக் கண்டிக்க முற்படும்படி சித்தூர், வேலூர் முதலிய இடங்களில் சொல்லிவரும் போது 22.8.42இல் வேலூரில் கைது செய்யப்பட்டுக் காவலில் வைக்கப்பட்டேன். ஜனங்களை சட்டத்தை மீறும்படி தூண்டினேன், என்று என் பேரில் போலீஸார் குற்றம் சாட்டியிருந்தால் நான் கோர்ட்டில் குற்றவாளியென்று ஒப்புக்கொண்டிருப்பேன். ஆனால் சர்க்கார் அப்படிச் செய்யாமல் காவல் கைதி (detenu)யாக வைத்து விட்டார்கள்.

விடுதலை

22.8.1942 முதல் 8.9.43 வரையில் பாதுகாப்புக் கைதியாக விருந்தேன். விடுதலையானவுடன் பலவிடங்களுக்குச் சென்று வெளியிலிருந்த காங்கிரஸ்காரர்கள் பலருடன் அப்போதைய அரசியல் நிலைமையைக் குறித்து விவாதித்தேன். அதன் முடிவாக 1944 பிப்ரவரியில் ஆங்கிலத்தில், "Political Realism" (உண்மை அரசியல்) என்று ஒரு சிறு புத்தகத்தை வெளியிட்டேன். அதிலிருந்து, இன்றைக்கும் பொருந்தும் சில விஷயங்களை இங்கே தருகிறேன்:

தேசமே பெரியது

"1939ஆம் வருடத்தில் இந்திய தேசீயக் காங்கிரஸ் உலகத்திலுள்ள சிறந்த அரசியல் கட்சிகளுள் தலைசிறந்து விளங்கியது. பெரும்பாலான மாகாணங்களில் அது நியமித்த பேர்வழிகள் மந்திரிகளாக அதிகாரம் செலுத்தி வந்தனர். காங்கிரஸ் இட்ட கட்டளைப்படி அதிகாரத்தை விட்டு விலகினார்கள். அதன் பிறகு காங்கிரஸ்காரர்கள் தேசத்திலுள்ள மற்ற அரசியல் கட்சிகளின் ஒத்துழைப்பையும் ஆதரவையும் பெற முயற்சி செய்திருக்க வேண்டும். மந்திரிகள் ராஜீனாமா செய்த பிறகு தொடர்ந்து செய்திருக்க வேண்டிய காரியம் இதுவே ஆகும். காங்கிரஸ் குறுகிய நோக்கமுள்ள சபையல்ல, எல்லா மக்களுக்கும் சேவை செய்ய அது முயற்சிக்கிறது. அந்த மக்களிடமிருந்தே அது தன் சக்தியைப் பெறுகிறது.

கிரிப்ஸ் திட்டம்

"காங்கிரஸ் மந்திரிகள் ராஜீனாமா செய்துவிட்டதால் அது ஒரு அரசியல் நெருக்கடியை உண்டு பண்ணிற்று. பிரிட்டிஷ்

சர்க்காரால் அதை உதாசீனம் செய்ய முடியவில்லை. இந்த நிலைமையைச் சரிப்படுத்தவே ஸர்.ஸ்டாபர்ட் கிரிப்ஸ், ஒரு திட்டத்துடன், இந்தியாவுக்கு வந்தார். அந்த திட்டத்தை ஒப்புக் கொள்வதினால் ஏற்படக்கூடிய நல்ல நிலைமையைக் காங்கிரஸ் தலைவர்கள் அறிந்து அதை ஒப்புக்கொண்டிருந் திருக்க வேண்டும். துரதிரஷ்டவசமாக அதை அவர்கள் நிராகரித்துவிட்டார்கள். சரித்திரம் அவர்களுக்கு இட்ட மாபெரும் கடமையைச் சரியாகச் செய்வதற்கு வேண்டிய அடக்கமும் கண்யமான மனப்பான்மையும் அச்சமயம் அவர்களிடம் இல்லாது போயிற்று.

1942 ஆகஸ்டு தீர்மானம்

"அகில இந்திய காங்கிரஸ் கமிட்டிக் கூட்டத்தில் தலைவர் கள் பேசிய பேச்சுக்கள் நாட்டில் கொந்தளிப்பையுண்டு பண்ணின. அந்த பிரசங்கங்கள் மக்களின் ஆவேச உணர்ச் சியைக் கிளப்பினவேயன்றி, அறிவு ஒளியை வீசவில்லை. போர் முனையில் சேர்ந்தாற் போல் பலவிடங்களில் நேச நாட்டுப் படைகள் தோல்வியடைந்து வந்த சமயம் பார்த்துப் பொதுஜனப் போராட்டத்தை ஆரம்பிக்கப் போவதாகக் கூறிய ஒரு தீர்மானம் நிறைவேற்றப்பட்டது. இவ்விதம் செய்த தானது, காங்கிரஸின் லக்ஷியம் அச்சு நாடுகளுக்கு அனுசரணை யான லக்ஷியங்கள் என்று திரித்திக் கூறவும் இடந்தந்தது. "பாலுக்கும் காவல் பூனைக்கும் தோழன்" என்ற பழமொழிக் கொப்ப காங்கிரஸின் போக்கு இருக்கும்படியாய் விட்டது. சொல்லுக்கும் செயலுக்குமுள்ள முரண்பாட்டின் காரணத்தை விளக்கவும் முடியவில்லை, பொறுப்பைத் தட்டிக் கழிக்கவும் முடியவில்லை.

அதன் விளைவு

தலைவர்கள் மனக்குழப்பத்தால் செய்த தவறுகளின் பயனாக நாட்டில் உண்டான விபரீதங்களை நாம் இப்போது அனுபவித்து வருகிறோம். காங்கிரஸ் தலைவர்கள் செய்த தவறுகளைக் கவனிக்காமல் கண்களை மூடிக்கொள்வது விவேகமல்ல.

சிறைக்கு வெளியே உள்ளவர்கள் கடமை

சிறைக்கு வெளியே இருக்கும் காங்கிரஸ்காரர்களுக்குச் செயலில் இறங்க வேண்டிய கடமையும் உரிமையும் இருக் கின்றன. நிற்கதியான நிலைமையிலிருந்து மீள தேசம் முழுவதும் ஒன்றுபட வேண்டும். இந்த முயற்சியில் அரசியல் நேர்மை, நுண்ணிய அறிவு, சிறந்த தேசபக்தியுள்ள எல்லோருடைய

ஆதரவையும் பெற காங்கிரஸ்காரர்கள் பாடுபட வேண்டும். மிகவும் சிறப்பான நம்முடைய பல ஆசைகள் கைகூடாமல் சீர்குலைந்ததற்குக் காரணம், ஒருவர்மீது ஒருவர் பொறாமை கொண்டதும், சந்தேகப்பட்டதுமேயாகும். அந்தப் பொறாமையை யும் சந்தேகத்தையும் விட்டு ஒழிக்க நம்முடைய கடினமான அனுபவம் நமக்குத் தூண்டுதலாக இருக்கட்டும். அவதிப்படும் நம் நாட்டு மக்களுடன் இணைந்து பிணைந்து நிற்கிறோம் என்ற உணர்ச்சியைக் கொண்டும், பஸ்பர நல்லெண்ணத்தைக் கொண்டும் தேசத்துக்கு ஏற்பட்ட நாசத்தை நாம் செப்பனிட்டுச் சீர்படுத்துவோம். ஒன்றுக்கொன்று முரண்படும் சிந்தனைப் போக்குகளுக்கு இடையே ஒரு உடன்பாடு ஏற்பட வேண்டு மென்றும், பல்வேறு ஜனப்பகுதிகளுக்கு இடையே காரியத்தில் ஒற்றுமை ஏற்பட வேண்டும் என்றும் தேசம் நம்மை அறைகூவி அழைக்கிறது. தேசிய ஒற்றுமையை உண்டுபண்ணுவதற்காக நாம் சில சலுகைகளை விட்டுக் கொடுத்துச் சமரஸம் செய்து கொள்ளலாம். அதன் மூலம் நாம் சுதந்திரத்தைப் பெறுவோம். அரசியல் நாசத்திலிருந்து, தப்பிப் பிழைப்போம்.

ஸ்தம்பிப்பை உடையுங்கள்

"சிறைக்கு வெளியே உள்ள காங்கிரஸ்காரர்கள் எல்லோரும் ஒன்று சேர்ந்து, ஒரு இடத்தில் கூடி, இன்றைய அரசியல் நிலைமையைப் பற்றி விவாதிக்க வேண்டுமென்று நான் சகல காங்கிரஸ்காரர்களையும் கேட்டுக்கொள்கிறேன். ஆவேச உணர்ச்சிகளின் வயப்படாமல் சிந்தனை செய்ய முயற்சிக்கப் படுமேயானால், உடன்பாட்டுக்கும் ஐக்கிய நடவடிக்கைக்கும் மேற்கொள்ள வேண்டிய வழி தெளிவாகிவிடும். ஆவேச உணர்ச்சி களைத் தூர விலக்கி வைத்துவிட்டு, உண்மையை அடிப்படை யாகக் கொண்டு நாம் இனி காரியத்தில் ஈடுபட வேண்டும். தவறான பாதையில் செல்வதை விட்டுச் சரியான பாதையைக் காணவேண்டும். இதற்கு இன்னும் காலங் கடந்துவிடவில்லை. இந்த நெருக்கடியான சமயத்தில் சரியாக நாம் நடக்காவிட்டால் நம் நாட்டு மக்களின் எதிர்கால நல்வாழ்வுக்குத் துரோகம் செய்தவர்களாவோம்."

காங்கிரஸிலிருந்து வெளியேற்றம்

தலைவர்கள் வெளியே வந்த பிறகு நிலைமை சரிப்படும் என்று நினைத்திருந்தேன். நிலைமை மேலும் மேலும் மோச மானதேயொழிய சீர்படவில்லை. சீர்படலாம் என்ற நம் பிக்கையையும் நான் இழந்துவிட்டேன். எனவே 1945ஆம் வருட இறுதியில் நான் காங்கிரஸை விட்டு வெளியேறினேன். அவ்விதம் என்னை வெளியேற்றிய சம்பவம் என் வாழ்

நாளிலேயே மிக மிக வருந்தத்தக்கதாகும். காங்கிரஸ்காரர்கள் அரசியல் சுதந்திரத்தைப் பெற தங்களால் முடிந்த அளவுக்கு அரும்பாடுபட்டார்கள். அது இங்கு இப்போது கவனிக்க வேண்டிய விஷயமல்ல. ஆனால் பொதுஜனப் போராட்ட ஆரம்ப காலத்தில் ஆயிரம் பதினாயிரக்கணக்கான இளைஞர்கள் எந்த லக்ஷியங்களுக்காக சர்வப் பரித்தியாகம் செய்தார்களோ, அந்த லக்ஷியங்களை இப்போது காங்கிரஸ்காரர்கள் மறந்து விட்டார்கள். அக்காலத்தில் அநேகர் வக்கீல் தொழிலை விட்டார்கள். இன்னும் பலர் பள்ளிப்படிப்பைத் துறந்தார்கள். சிலர் தாங்கள் வகித்துவந்த உத்தியோகங்களை ராஜீநாமா செய்தார்கள்.

தங்களுடைய தியாகத்தைப் பிற்காலத்தில் சுயலாபத்திற்கு அரசாங்க பரிசுகளாக மாற்ற வேண்டும் என்ற எண்ணத்தால் உந்தப்பட்டு அவர்கள் அவ்விதம் தியாகம் செய்யவில்லை. நாட்டுக்கு உணவையும் மற்ற பண்டங்களையும் அளிக்கும் லக்ஷக்கணக்கான ஏழை விவசாயிகளும், பாட்டாளிகளும் தினசரி தம் வாழ்க்கையில் செய்துவருகிற தியாகங்களை, மோர் கிடைப்பதற்கு முன்பு 'சி' கிளாஸ் சிறைவாசத்தின்போது தாங்கள் அனுபவித்த கஷ்டங்களைவிடக் கடினமானவை என்று காங்கிரஸ்காரர்கள் அப்போது உணர்ந்தார்கள். இவ் விதம் எப்போதுமே கஷ்டப்பட்டுக்கொண்டிருப்பவர்களின் வாழ்க்கையை தம் வாழ்க்கையோடு ஒத்திட்டுப் பார்த்துக் கொண்டு வந்ததால்தான், அவர்களை அதிகப் பரிசுக்கு ஆசைப் படாமல் தடுத்து நிறுத்தியது. இது பழைய காலத்து விஷயம். இப்போது காங்கிரஸ்காரர்கள் 1942ஆம் வருட சாதனையைச் சொல்லி, தம் தியாகத்தைப் பணமாக மாற்றுவதற்கு ஆவலுடன் துடிக்கிறார்கள். மான்யமும் பதவியும் பெறுவதில் காட்டும் ஆசையும், அந்த ஆசையைப் பூர்த்தி செய்துகொள்வதற்காகப் போடுகிற சண்டையும், லஞ்ச அதிகாரிகள், கள்ள மார்க்கெட் காரர் போன்ற சமூக விரோதிகளை எதிர்த்துப் போராட முடியாதபடி அவர்களைத் தடுக்கின்றன. கம்யூனிஸ்ட்களுடன் நட்புக் கொண்டிருப்பதைக் காட்டிலும், கள்ள மார்கெட்காரர் களுடன் நட்புக்கொண்டிருப்பது மிகவும் விரும்பத்தக்கது என்று என்னைப் பொறுத்தவரையில் நான் நினைக்கவில்லை

காங்கிரஸும் சேவையும்

கோடிக்கணக்கான பாட்டாளி மக்களுக்குக் காங்கிரஸ் காரர்கள் உண்மையிலேயே சேவை செய்ய விரும்பினால், அவர்கள் கம்யூனிஸ்ட்களுடன் செயலில் ஒத்துழைக்க ஒரு உடன்பாடு செய்துகொள்ள வேண்டும். உருப்படியான ஒரு திட்டமில்லாமல் அவர்கள் ஒன்று சேரவோ அல்லது ஏழை

களுக்கு பிரயோஜனகரமாக சேவை செய்யவோ முடியாது. காங்கிரஸ்காரர்களிடம் தன் கட்சி மனப்பான்மை இருப்ப தானது, எப்போதுமே, பொதுஜன விரோதிகளின் கையைப் பலப்படுத்துவதிலேயே அது முடிவடையும்.

பண்டித நெஹ்ருவுக்குக் கடிதம்

"காங்கிரஸ் கொள்கைக்கும் அதன் நடைமுறைத் திட்டத் திற்கும் முரண்பாடு இருக்கிறது. அது சரியல்ல" என்று சொல்வோர் தேசத் துரோகிகளாய்விட்டார்கள். புதிதாய்க் கதர்கட்டி "காந்தி குல்லாய்" அணிந்து "ஆகஸ்டு வீரர்கள் வாழ்க" என்று கோஷித்துக்கொண்டு 1946இல் காங்கிரஸுக்குள் பலர் நுழைந்துவிட்டார்கள். வீரர்களுக்கு வாழ்த்து கூறியதற்குப் பரிசும் பெற்றார்கள். ஆகஸ்டு கலவரத்தில் கவர்னர்களுடன் விருந்து சாப்பிட்டவர்கள் முதல், அடுப்பங்கரையில் ஒளிந் திருந்தவர்கள் வரையில் தைரியமாக முன்வந்து தாங்களும் "ஆகஸ்டு வீரர்கள்" என்று சொல்லிக்கொண்டார்கள். அரசியல் நேர்மைக்கும் உண்மைக்கும் பிறப்பிடமான காங்கிரஸ் அதிகார வர்க்கம் இதை ஒப்புக்கொண்டது. ஆனால் மகாத்மா காந்தி இதை ஒப்புக்கொள்ளவில்லை. பண்டித நெஹ்ரு மகாத்மாவின் கருத்துக்கு நேர்மாறாகத் தீர்ப்பளித்தார். இதன் விளைவைப் பற்றி 1946 ஜூலை மாதம் 9ஆம் தேதியன்று பண்டிதருக்கு நான் ஒரு பஹிரங்க கடிதமெழுதினேன். அதை இங்கே தருகிறேன்.

கடிதம்

"அன்புள்ள ஐயா, 1942 இயக்க சம்மந்தமான கருத்துகளை நேர்மையான முறையில் தெரிவிப்பதற்கு ஆபத்து உண்டாக்கப் பட்டிருக்கிறது.

"பொதுஜன இயக்கத்தை ஆரம்பிக்கும்படி அகில இந்திய காங்கிரஸ் கமிட்டியாரால் நியமிக்கப்பட்ட காந்திஜி, 1942– 43 வருடங்களில் நடந்த கலவரங்கள் காங்கிரஸின் நடைமுறை தத்துவத்திற்கு விரோதமானவை என்று தம்முடைய தீர்ப்பைக் கூறிவிட்டார். ஆனால் காங்கிரஸின் பெயரால் பலாத்காரச் செயல்கள் செய்தது தவறு என்று சொன்னவர்கள்கூட இந்திய சுதந்திரத்திற்கு விரோதியானவர்களுடன் சேர்ந்துகொண்டவர்கள் என்று நீங்கள் அபிப்ராயப்படுகிறீர்கள். அதே சமயத்தில் காங்கிரஸின் எதிர்காலக் கொள்கையை வகுப்பதில் காந்திஜி யின் யோசனையைக் கேட்கிறீர்கள். என்றாலும் அடிப்படை யான விஷயத்தில் அவருக்கு மாறுபட்ட கருத்தை வெளியிடும் உரிமையை நீங்கள் கைவிட்டபாடில்லை. தந்திக் கம்பிகளை

அறுப்பது, தண்டவாளங்களைப் பெயர்ப்பது, பொதுக் கட்டடங்களை எரிப்பது போன்ற செய்கைகள் காங்கிரஸ் தத்துவத்திற்குப் பொருத்தமானவைகள்தாம் என்று நீங்கள் உண்மையிலேயே இன்னும் நம்புகிறீர்களா?

"இன்றிலிருந்து நாளை அழியக்கூடிய தனி நபர்களின் லாபத்திற்காகப் பாடுபடுவதாயினும் நேர்மையான முறையைப் பின்பற்றுவதே நல்லது என்று கருதப்படுகிறது. அப்படியிருக்க பொது மக்களின் நீடித்தச் சுக வாழ்வுக்கு உழைப்பதையே தொழிலாகக்கொண்ட அரசியல்வாதிகளிடம் நேர்மை இருக்க வேண்டியது மிகவும் முக்கியமல்லவா? நேர்மைக்குத் தங்களைத் தவிர வேறோருவருமில்லை என்று சத்தம் போடும் அரசியல்வாதி கள் உண்மையிலேயே நேர்மையுள்ளவர்களாகிவிடமாட்டார் கள். 1942 இயக்கத்தில் ஈடுபட்டதினால் புகழ் பெற்ற காங்கிரஸ் காரர்கள் அவ்வளவு பேரும் காங்கிரஸின் தத்துவத்தை நிறை வேற்றவே முயன்றோம் என்று நேர்மையுடன் சொல்வார்களா?

"சிந்தனை செய்யும் காங்கிரஸ்காரர்களுள் பலர் ஒருவருக் கொருவர் பேசிக்கொள்ளும்போது, 1942லிருந்து, பல தடவை களில் காங்கிரஸ் தவறாக நடந்திருப்பதை மறைக்காமல் ஒப்புக் கொள்ளுகிறார்கள். இந்த தவறுதல்களுக்கு முக்கியமான காரணம் அடிப்படையான தத்துவங்களை மறந்து செயல்முறை வகுக்கப்பட்டதேயாகும்.

"உயர்ந்த கருத்துக்களை தேசமக்கள் முன் சமர்ப்பிப்ப தாலும், அவற்றிற்குச் சாதகமாக ஆதரவைத் திரட்டுவதாலும் மட்டும், அரசியல் துறையிலோ அல்லது பொருளாதாரத் துறையிலோ வெற்றி ஏற்பட்டுவிடாது. புத்தி நுணுக்கத்தால் ஆராய்ந்து முடிவு செய்யப்பட்ட திட்டமும் தெளிவான செயல் முறையுந்தான் கோரிய லக்ஷியத்தை அடைய உதவும். ஆவேச உணர்ச்சியைப் பொது ஜனங்களிடையே கிளப்பி விடுவதின் மூலம் எந்த திட்டத்தையும் நிறைவேற்றி விடலாம் என்று நினைப்பது முற்றிலும் தவறு. மென்மையான கொள்கை களை லக்ஷியமாக ஒப்புக்கொண்டு காரியத்தில் நடத்திக் காட்ட வேண்டிய சமயம் வந்ததும் கொள்கையைக் கைவிட்டு விட்டு ஆவேச உணர்ச்சிக்கு அடிமையாவதில் குணம் எதுவு மில்லை. ஆவேச உணர்ச்சிக்கு அடிமையானவர்களை வீரர்க ளாக்குவது நாளடைவில் தேசத்திற்கு அதிக தீமையையே விளைவிக்கும். வீரர்களைப் பூஜிப்பது வேறு, மக்களுக்குக் சேவை செய்வது வேறு. இரண்டும் ஒன்றல்ல. வீரர்களைப் பூஜிப்பதிலேயே மக்கள் சேவையும் கலந்திருக்கிறது என்று காங்கிரஸ்காரர்கள் நினைத்தால் அவர்களைப் பார்த்து நாகரீக உலகம் பரிகசிக்கும், வெறுக்கும்.

"பலாத்கார முறைகளைக் கையாண்டு பொதுஜன ஆதரவைப் பெற அரசியல் கட்சிகள் செய்யும் முயற்சியிலுள்ள அபாயங்களைச் சாதாரண காங்கிரஸ் உறுப்பினர்களுக்குத் தலைவர்கள் விளக்க வேண்டும்.

"கட்டடங்களுக்குத் தீ வைத்தல், கொலை செய்தல் போன்ற குற்றங்களைத் தீவிர தேச பக்தியினால் செய்யப்பட்ட செயல்க ளென்று முடிவு கட்டியதால் தீங்கு விளைவிக்கும் அபாயகரமான தேச பக்தி நாட்டில் பரவிவிட்டது. அரசியல் தத்துவ வேறுபாடு களை ஒட்டி ஜனநாயக முறையில் கட்சிகள் ஏற்பட முடியாதபடி அது செய்துவிட்டது.

"உண்மைக்கும், நேர்மையான நடத்தைக்கும்; வாக்கு சுதந்திரத்திற்கும் இருப்பிடமாக விளங்கும் காங்கிரஸ் ஸ்தாபனம் உடனடியாக ஒரு மாபெரும் பிரசாரத்தை நாட்டில் செய்து வேற்றுமையை வளர்ப்பதும் விஷத்தன்மை வாய்ந்ததுமான தேச பக்தியை மக்கள் மனதிலிருந்து அகற்ற முயல வேண்டும்."

ஆகஸ்டு இயக்கத்தின் விபரீத விளைவு

மேற்கண்ட கடிதம் எழுதிய காலத்தில் பண்டித நெஹ்ரு காங்கிரஸ் அக்கிராசனராகயிருந்தார். ஸ்ரீமதி. மிரிதுலா சாராபாய் பொதுக் காரியதரிசியாகவிருந்தார். 9.7.46இல் நான் பண்டிதருக்கு எழுதிய கடிதத்திற்கு இவர் பதில் எழுதியிருக் கிறார், அது வருமாறு:

"Allahabod, 24th July 1946."

"Dear Friend,

Your letter addressed to Pandit Jewaharlal Nehru has been received. I will place it before him on his return from Kashmir."

(பண்டித நெஹ்ருவுக்கு விலாசமிட்ட உம்மிட கடிதம் கிடைத்தது. காஷ்மீரிலிருந்து அவர் திரும்பி வந்ததும் அதை அவரிடம் கொடுக்கிறேன்.)

"1942 – 43 கலவரங்களில் காங்கிரஸ்காரர்கள் கலந்து கொண்டிருந்தால் அவர்களுடைய செயல்கள் காங்கிரஸ் இப்போது ஒப்புக்கொண்டிருக்கும் கொள்கைக்கு விரோத மானது" என்று மகாத்மா காந்தி கூறிய பிறகு அதற்கு நேர் மாறாக பண்டித நெஹ்ரு தன் கருத்தை வெளியிட்டார். 1942 – 43 கலவரங்களில் பங்கெடுத்துக்கொண்டவர்களை வீரர்க ளென்றும் தீவிர தேசபக்தர்கள் என்றும் அவர் புகழ்ந்தார்.

"அந்த செய்கைகள் காங்கிரஸ் மகாசபையின் பழம் பெரும் கண்ணியத்தையும் அரசியல் நேர்மையையும் கெடுத்துவிட்டது" என்று கூறியவர்களைக் கோழைகளென்றும் தேசத் துரோகிக ளென்றும் அவர் வாய் கூசாமல் பேசினார். 1942 – 43 கலவரங் களில் கலந்துகொண்டவர்களைப் புகழ்வதும் அது சரியல்ல என்பவர்களை இகழ்வதுமே காங்கிரஸின் அரசியல் திட்டமாகக் கருதப்பட்டது. இதன் விபரீதப் போக்கை, அறிவும் அரசியல் நேர்மையும் உள்ளவர்கள் அறிவார்கள். அறிந்தும் பலனில்லை. "1942 மாடல்" அரசியல் நேர்மையை நாடு ஒப்புக்கொண்டு விட்டது. அறிவோடு கூடிய ஆற்றலையும் நேர்மையான அரசியல் நடத்தையையும் "கோழைத்தனம், தேசத் துரோகம்" என்று முடிவு கட்டப்பட்டது. இதன் விளைவாக புலி அடியைக் கண்டவனைக் கண்டு வந்தவனுக்கு "புலி வேட்டை"ப் பரிசு அளிக்கப்பட்டது. புலியோடு போர் புரிந்து இறந்தோருக்கு ஒரு சொட்டுக் கண்ணீர்வடிக்கவும் யாருமில்லை. இதன் பயனாக கலகக்காரர்களுக்கு நாட்டில் அரசியல் மதிப்பு ஏற்பட்டுவிட்டது. பிறகு கிழக்கு வங்காளம், பீகார், பஞ்சாப் முதலிய விடங்களில் வகுப்புக் கலவரங்கள் நடந்தன. மனிதன் மிருகமாய்விட்டான். தீவிர காங்கிரஸ் தேசியவாதிகள் தீவிர மத வெறியர்களாய் மாறிவிட்டார்கள். இதைக் கண்டு மகாத்மா காந்தி விசாரப்பட்டார். அக்கிரமக்காரர்களை எதிர்த்து நின்று மக்களுக்குச் சேவை செய்ய முடியவில்லையே என்று ஏங்கினார்; இறைவனைத் தொழுதார். உண்ணாவிரதமிருந்தார். முடிவில் உயிரையும் இழந்தார். "1942 மாடல்" காங்கிரஸ் சித்தாந்தம் நாட்டைப் படுத்திய பாட்டைப் பற்றி, வாலிபர்களே! சற்றே சிந்தியுங்கள். "Misguided Youth" "தவறான பாதையில் செல்லும் வாலிபர்" யார்? சிந்தியுங்கள்! ஒரு முறையல்ல பல முறை சிந்தியுங்கள்! கண்ணை மூடிக்கொண்டு வீரர்களை உண டாக்குவதும் அவர்களைப் பூசிப்பதும் முடிவில் என்ன வாகிறது என்பதைப் பற்றிச் சிந்தியுங்கள்.

காந்திஜியின் உபவாசம்

கிழக்கு வங்காளம், பீகார், பஞ்சாப் முதலிய மாகாணங் களில் மக்கள் மனித சுபாவத்தை இழந்து ஒருவரையொருவர் கொலை செய்துகொண்டார்கள். காங்கிரஸ்காரர்களும் மத வெறியர்களும் ஒருவருடன் ஒருவர் போட்டி போட்டுக்கொண்டு கொலை பாதகச் செயல்கள் புரியலானார்கள். இதன் காரண மாக லட்சக்கணக்கான மக்கள் அகதிகளாய் மாகாணம் விட்டு மாகாணம் போக நேரிட்டது. இந்தத் துர்பாக்கியம் ஏற்பட்டதற்குக் காரணம் முஸ்லீம் லீக் தலைவர்களென்று காங்கிரஸ் தலைவர்களும், காங்கிரஸ் தலைவர்கள்தான் காரண

மென்று முஸ்லீம் லீக் தலைவர்களும் ஒருவர்மேல் ஒருவர் குற்றம் சாட்டிப் பேசி வந்தார்கள். பத்திரிகைகளும் அந்த ஆவேசம் மூட்டும் பிரசங்கங்களைப் பத்திப் பத்தியாகப் பிரசுரித்து வந்தன. இதைத் தடுக்க காந்திஜி எவ்வளவுதான் முயன்றும் அவருக்கு நாட்டில் ஆதரவு கிடைக்கவில்லை. நாடு வெறியர்கள் கையில் சிக்கிக் கொண்டது. வேறு வழி காணாத காந்திஜி 'சாகும்வரை உபவாசம்' இருப்பது என்ற முடிவுக்கு வந்தார். அவர் டில்லியில் உபவாசமிருந்த போது நான் (16.1.48) அவருக்கு எழுதிய கடிதத்தை இங்கே தருகிறேன்:

எனது கடிதம்

"அன்புள்ள மகாத்மாஜீ,

நேற்று உங்களுக்கு நான் ஒரு தந்தி கொடுத்தேன். ஒருக்கால் உங்கள் உபவாசம் மரணத்தில் முடிவுற்றால் அதன் பயனாக நாட்டில் ஏற்படக் கூடிய விபரீதங்களைப் பற்றிக் கவனிக்கும்படி அந்த தந்தியில் உங்களை மன்றாடிக் கேட்டுக்கொண்டிருக்கிறேன். பண்டித நெஹரு, சர்தார் படேல், ராஜன்பாபு முதலியவர்களுக்கு அதன் "காப்பி" சேரும்படி ஏற்பாடு செய்திருக்கிறேன்.

"உங்கள் உபவாசத்தின் நோக்கம் வகுப்பு ஒற்றுமையை உண்டுபண்ணுவது. வகுப்புச் சச்சரவுக்கு மூலகாரணம் பாக்கிஸ்தானுக்கும் இந்திய யூனியனுக்கும் இடையே உள்ள அரசியல் வேற்றுமைகளேயாகும். பாக்கிஸ்தான் தலைவர்களும் காங்கிரஸ் தலைவர்களும் ஒருவர்பேரில் மற்றவர் குற்றம் சாட்டி வருகிறார்கள்.

"1942 வருட காங்கிரஸ் இயக்கமே பிரிட்டிஷ் சர்க்காரை இந்தியாவைவிட்டு வெளியேற்றிவிட்டது என்று காங்கிரஸ் காரர்கள் பெருமைப்படுகிறார்கள். 1942ஆம் வருடத்தில் இவர்கள் சாதித்த சாதனைகளைச் சொல்லிக்கொண்டு 1946இல் திரும்ப அதிகாரத்திற்கு வந்தார்கள். ஆனால் (1945இல்) காங்கிரஸ் காரியக்கமிட்டி சிறையிலிருந்து வெளியே வரும்வரையில் 1942 கலவரங்களுக்கு யார் ஜவாப்தாரி என்பது என்பது பற்றி உங்களுக்கும் சர்க்கா ருக்கும் வாக்கு வாதம் நடந்தது. ஸ்தாபன ரீதியாக காங்கிரஸ் நாச வேலையில் ஈடுபடவில்லை என்று அப்போது நீங்கள் கூறினீர்கள். காங்கிரஸ்காரர்கள் ஏதாவது நாச வேலைகள் செய்திருந்தால் அவை அவரவர்கள் தம் தம் சொந்தப் பொறுப்பில் செய்தவைகளேயாகும் என்றீர்கள். ஆனால் காங்கிரஸ் காரியக் கமிட்டி அங்கத் தினர்கள் விடுதலையானவுடன் அவர்கள் – குறிப்பாக

பண்டித நெஹரு – கலவரத்திற்குப் பொறுப்பேற்றதோடு நிற்காமல் கலவரங்களில் ஈடுபட்டவர்களைப் பாராட்டினார்கள். வேறு கருத்தை வெளியிட்ட ஸ்ரீ. சி. ராஜகோபாலாச்சாரியார் போன்றவர்களைக் கண்டிக்கவும் செய்தார்கள்.

"நீங்கள் முன் "சௌரி சௌரா" சம்பவங்களின் போது காட்டிய அளவுக்கு உறுதியையும் துணிச்சலையும் காட்டவில்லை. உங்களிடமிருந்து தலைமையைப் பறித்துக் கொண்ட நெஹருவுக்கு விட்டுக்கொடுத்துவிட்டீர்கள். நெஹருவுக்கு நீங்கள் விட்டுக்கொடுத்ததின் உண்மைக் காரணத்தை இதுவரை என்னால் அறிய முடியவில்லை. அதற்குக் காரணம் உங்களுடைய தள்ளாத வயதா? அல்லது உங்களுக்கு நெஹரு மீதுள்ள தனிப்பட்ட அன்பா? அல்லது இரண்டுமா?

"1946ஆம் வருடம் நடந்த சட்டசபை, தேர்தல்களுக்கு அபேட்சகர்களைப் பொறுக்கி எடுத்த காங்கிரஸ் "பார்லிமெண்டரி போர்டு;" 1942ஆம் வருட கலவரங்களில் கலந்துகொண்டவர்களுக்கே சலுகை காட்டிற்று. ராஜாஜி, 1942ஆம் வருட இயக்கத்தைப் பற்றி தாம் கொண்டிருந்த அபிப்ராயத்தை வற்புறுத்தாமல் கைவிட்டுவிட்டாராதலால், தலைவர்களால் மன்னிக்கப்பட்டார். ஆனால், காங்கிரஸ் (1942) கமிட்டியின் தீர்மானப்படி தலைவராகிய உங்கள் கருத்தையொட்டி நடந்த துணிச்சலுக்காக என் போன்றவர்கள் திக்குத் திசை தெரியாத வனாந்தரத்தில் அல்லாட நேரிட்டது. காங்கிரஸ் கொள்கையையும், அது வகுத்த திட்டத்தையும் மீறி நடந்தவர்களையே வீரர்களென்று தலைவர்கள் புகழ்ந்தார்கள். தலைவர்களின் இந்த செய்கைதான் இந்திய மக்களுக்கு ஏற்பட்ட பேரழிவுக்கு மூலகாரணம். சாந்தம், சத்தியம் ஆகிய சித்தாந்தங்களில் காங்கிரஸ்காரர்கள் வைத்திருந்த நம்பிக்கையை இழந்துவிட்டார்கள். பஞ்சாபிலிருந்து அகதிகள் புறப்படுவது போன்ற காரியங்கள் நடப்பதற்கு இதுவே ஆதிகாரணம்.

"1942ஆம் வருட வீரர்களளான "எம்.எல்.ஏ"க்கள் ஜனநாயக தத்துவத்தைத் துளிகூட மதிப்பதில்லை. அவர்கள் கொடுத்த வாக்குறுதிகளை நிறைவேற்றும் உத்தேசமும் அவர்களுக்கில்லை. அவர்களிடம் பொது ஜனங்களுக்கு சேவை செய்யும் மனப்பான்மையும் இல்லை. ஆதிக்கம் செலுத்தும் மனப்பான்மையே மேலோங்கி நிற்கிறது. அவர்களை 1942ஆம் வருடத்தில் பிறந்த "கொடிய நோய்" என்று சொன்னாலும் பொருந்தும். இந்த சமயத்தில் உபவாச

மிருந்து உயிரை விடுவதில் புண்ணியமில்லை. அதற்குப் பதில் தவறு செய்யும் காங்கிரஸ் தலைவர்களைத் திருத்த வேண்டும். அந்த (1942) விஷத்தை ஒழிக்கப் பாடுபட வேண்டும். இதுவே உங்கள் கடமையாகும்.

"உங்கள் உபவாசம் பிரச்சனையைக் குழப்புகிறது. அது உங்கள் மரணத்தில் முடியுமானால், அதனால் ஆத்திர மடையும் இந்துக் கூட்டம் ஒவ்வொரு மாகாணத்திலும் ஒரு பஞ்சாப்பை சிருஷ்டிக்கும். பிரசார சாதனங்கள் பூராவும் லாபமே லட்சியமாக உள்ள பணக்காரர்கள் கையிலிருக்கிறது. உங்கள் காலத்திற்குப் பிறகு உங்களுடைய லக்ஷியங்களை மதித்து நடக்கும்படி மக்களைத் திருப்ப முடியுமானாலும், அது மிகவும் கஷ்டமாகவிருக்கும்."

காந்திஜியின் மரணம்

இதன் பிறகு காந்திஜீ சுட்டுக் கொல்லப்பட்டார். அக் காலத்தில் என் மனதில் எழுந்த எண்ணங்களை, ஒரு கடிதம் மூலம், காங்கிரஸ் பொதுக் காரியதரிசிக்குத் தெரிவித்தேன். அந்தக் கடிதம் 10.2.1948இல் எழுதப்பட்டது. அது வருமாறு:

"அன்புள்ள ஐயா,

காங்கிரஸ்காரர்கள் செய்யும் தவறுகளை பொதுமக்களுக்கு எடுத்துச் சொல்லும் வேலையில் ஈடுபட்டு, பணத்தையும், நேரத்தையும், சக்தியையும் வீணாக்க வேண்டாமென்று ராஜாஜி எனக்கு அடிக்கடி புத்திமதி கூறுவது வழக்கம். 1948, ஜனவரி 15ஆம் தேதிகூட அவர் அவ்வித புத்திமதியையே ஒரு கடிதம் மூலம் எனக்குக் கூறி இருக்கிறார். ஆனால் என் அபிப்பிராயங் களைப் பொதுமக்களுக்குத் தெரிவிப்பது என் கடமை என்று நினைப்பதால், அவருடைய புத்திமதிப்படி என்னால் நடக்க முடியவில்லை.

"மகாத்மா காந்தியின் அரசியல், பொருளாதாரத் தத்துவங் களை முழுதும் ஒப்புக்கொண்டுவிட்டதாகப் பாசாங்கு செய்து, நான் ஒரு போதும் காந்திஜியை ஏமாற்ற முயற்சித்ததில்லை என்பதைத் தென்னாட்டில் உள்ள முதிர்ந்த காங்கிரஸ்காரர்கள் பலரும் அறிவர். ஹிந்து – முஸ்லிம் ஒற்றுமை விஷயத்தில் அவருடைய கொள்கையை நான் ஆக்ஷேபித்ததில்லை என்பதை யும் அவர்கள் அறிவார்கள்.

"ஹிந்து, முஸ்லீம், சீக்கியர் ஆகிய எல்லா மத வெறியர் களும் சகல விதமான கொடுமைகளையும் செய்து தம் தம் மதங்களைப் பலப்படுத்த முயல்கின்றனர். ஆனால்

காந்திமஹான் மட்டும் மனித வர்க்கத்தின் சகோதரத்துவத்தில் பூரண நம்பிக்கை வைத்தார். தன் அன்புத் தத்துவத்தைப் பரப்ப முயன்றதில் தன் உயிரையே தியாகம் செய்தார். அவருடைய கோர மரணம் அவருடைய துல்லிய லக்ஷியத்தை நமக்கு எடுத்துக் காட்டுகிறது. பயித்தியக்காரனை அடக்க முயலுபவன் தானும் பயித்தியக்காரனாய்விடக் கூடாது. குடிவெறியினை எதிர்த்து நிற்க ஆசைப்படுவன் தானும் குடிகாரனாய்விடக் கூடாது என்பது போன்ற உண்மைகளை அவருடைய கோர மரணம் நமக்குப் போதிக்கிறது.

"முன்பு சில பேச்சுக்களில், **ஹிந்துக்கள், முஸ்லீம்கள், சீக்கியர்கள் முதலியவர்கள் தார்மீக விதிகளின் பலத்தை அறிவார்களேயானால், அவர்கள் தம்தம் மதத்தைக் காப்பாற்றும் பொருட்டு ஒருவரையொருவர் கொல்லமாட்டார்கள்** என்று காந்திஜி சொன்னார்.

"காந்திஜி தன்னைத் தன் சீடர்கள் குருட்டுத்தனமாகப் பின்பற்ற வேண்டும் என்று ஒருபோதும் கூறியதில்லை. தத்தம் கொள்கைப் பிடிப்புக்குத் தகுந்தாற்போல் தன்னுடைய சகாக்கள் விசுவாசத்துடன் இருக்க வேண்டுமென்றுதான் அவர் விரும்பினார். அவர்களிடமிருந்து அவர் எதிர்பார்த்த தெல்லாம், அரசியல் ஆதிக்க வேட்டை என்னும் ஆசை வலையில் அவர்கள் சிக்கிவிடக் கூடாது என்பதேயாகும்.

"தன் சீடர்கள் என்று சொல்லிக் கொள்பவர்களாலேயே தான் ஏமாற்றப்படுவதாக விசாரப்பட்டார். தேசியத் தலைவர்கள் தவறு செய்யும் தம் சீடர்களைத் திருத்த முற்படவில்லை. இது அவருக்கு மிகுந்த மனவேதனையைத் தந்தது.

"காங்கிரஸ் நிர்வாகிகளுக்கு இது தெரிய வேண்டும். நல்ல நடத்தையும் சாமர்த்தியமும் உள்ள ஊழியர்களை காங்கிரஸ் ஏன் உண்டுபண்ணவில்லை என்பதற்குள்ள காரணத்தை அறிய இனியாவது காங்கிரஸ் தலைவர்கள் அக்கறை கொள்ள வேண்டும் என்ற நோக்கத்துடனேயே இக்கடிதம் எழுதுகிறேன்.

"எதிர்காலத்தைப் பற்றிய என் நம்பிக்கை, மனித வர்க்கத் தின் நல்ல இயல்பின்மீதுள்ள நம்பிக்கையையே முதன்மை யான ஆதாரமாகக் கொண்டிருக்கிறது. என் நம்பிக்கைக்கு நான் விசுவாசத்துடன் இருக்க வேண்டுமானால், என்னுடைய தன்னந்தனியான பாதையிலேயே நின்று நான் விடாமுயற்சி செய்ய வேண்டும். மேலும் என்னைப்போல் (56) வயதேறிய ஒவ்வொரு ஊழியனும் தன் அபிப்பிராயங்களை மக்களிடம் கூறுவது கடமை என்று நான் உறுதியாக நம்புகிறேன். நான்

இவ்விதம் எழுதுகிறபோது, யார்மீதோ ஆத்திரப்பட்டோ அல்லது வெறுப்புக்கொண்டோ எழுதவில்லை. ஆனால் காங்கிரஸ் அரசியலின் தவறான போக்கு, காந்திஜி கொலை செய்யப்படக்கூடிய அளவுக்குப் போய்விட்டது. அதனால் தேசம் மிக அவதிப்பட்டுவிட்டது என்ற எண்ணமே என்னை இவ்வாறு எழுதும்படி தூண்டியது.”

சமயோசித வேஷம்

“இனி ஒரு விதி செய்வோம், அதை எந்த நாளும் காப்போம்,” என்றும் “தனி ஒருவனுக்கு உணவில்லை எனில் ஜெகத்தினை அழித்திடுவோம்,” என்றும் “உழவுக்கும் தொழி லுக்கும் வந்தனை செய்வோம், வீணில் உண்டு களித்திருப் போரை நிந்தனை செய்வோம்” என்றெல்லாம் பாடி அவற்றின் கருத்துக்களை மக்களுக்குக் காங்கிரஸ்காரர்கள் எடுத்துச் சொல்வது வழக்கம். “உடல், பொருள், ஆவி மூன்றையும் தத்தம் செய்து நாங்கள் போராடும் போராட்டம் வெற்றி பெற்று காங்கிரஸ்காரர்கள் ஆட்சி செய்யும்போது, ‘மனிதர் உணவை மனிதர் பறிக்கும் வழக்கமிருக்காது,’ என்றும், ‘மனிதர் நோக மனிதர் பார்க்கும் வழக்கமிருக்காது’ என்றும் பேசுவார்கள். இப்போது அவர்கள்தான் அரசாட்சி செய்கிறார்கள். மக்களின் வாழ்க்கை அந்தப் பாட்டின் கருத்துக்கு ஒத்தாற்போலிருக்கிறதா? இல்லையாயின் ஏன்? என்பது கேள்வி. இப்போது நாட்டில் நடப்பதென்ன? “அரிசிப் படி இரண்டு ரூபாயும் விக்குது, ஐயையோ! ஏழைகள் புழுவாய்த் துடிக்குது” என்று நாடக மேடையில் பாடும் வேஷதாரியையும், “கம்யூனிஸ்டு” என்று சொல்லி அடிக்க ஓடுகிறார்கள் காங்கிரஸ்காரர்கள். ஆனால் உண்மையிலேயே “அரிசிப் படி ரூபாய் இரண்டு” விற்கும் நிலைமையை உண்டாக்கியவர்களுடன் ஸரஸ ஸல்லாபம் செய்கிறார்கள். “இது காங்கிரஸ்காரர்களுக்கு அடுக்குமா? தர்மந்தானா?” என்று யாராவது கேட்டால், “இவனும் கம்யூனிஸ்டுதான், அடி, அடி” என்கிறார்கள். “இனி ஒரு விதி செய்வோம் அதை எந்த நாளும் காப்போம்” என்று ஆதிகாலத்தில் காங்கிரஸ்காரர்கள் சொன்ன ‘விதி’ “சோறு கேட்போரைச் சுட்டுக் கொல்லு” என்னும் விதியா?

நாடகத்தில் வேஷம் போட்டு நடிப்பவர் ராஜா வேஷம் முதல், நாய் வேஷம் வரையில் போடலாம். ராஜாவாக நடிக்கும்போது முடுக்காக நடக்கவும் கம்பீரமாகப் பேசவும் வேண்டும். நாயாக நடிக்கும்போது குலைக்க வேண்டும். ராஜா வேஷக்காரன் குலைப்பதும் நாய் வேஷக்காரன் முடுக்காகப் பேசுவதும் நடப்பதும் அசம்பாவிதம். அத்தகைய

முறையில்லா முறையில் நடிப்பவர்களுக்கு சன்மானம் கிடைக்காது. அவமானந்தான் கிடைக்கும். ஆனால் காங்கிரஸ் காரர்கள் என்ன செய்தாலும் அவர்களுக்கு அவமானமே கிடையாது.

முதலில்: "நாங்கள் காந்திஜியின் அஹிம்சா முறையில் நம்பிக்கையுள்ளவர்கள். பொய் அறியா மெய்யர்கள். எனவே எங்களுக்கும் ஆகஸ்டு கலவரங்களுக்கும் சம்பந்தமிருக்க முடியாது. சம்பந்தமுண்டு என்று அயோக்கியர்களே சொல் வார்கள்" என்றார்கள்.

பிறகு: "ஆகஸ்டுப் புரட்சியில் கலந்துகொண்டவர்களே தீவிர தேச பக்தர்கள். நாங்கள் ஆகஸ்டு வீரர்கள். காங்கிரஸ் சார்பில் எங்களையே சட்டசபைகளுக்கு அனுப்ப வேண்டும்" என்றார்கள்.

"காங்கிரஸ் சர்க்காரில் 500 ரூபாய்க்கு மேல்பட்ட சம்பளம் கூடாது" என்று தீர்மானித்தார்கள். பிறகு, அதை 1500 ரூபாய் வரையில் உயர்த்திவிட்டார்கள். "ஆகஸ்டு தியாகிகளுக்கு இது அடுக்குமா?" என்று யாராவது கேட்டால் "கம்யூனிஸ்டு சூழ்ச்சி" என்று பதில் சொல்லிவிட்டார்கள்.

"சம்பளம் ஜீவனத்திற்குப் போதவில்லை" என்று சர்க்கார் கீழ்த்தர உத்தியோகஸ்தர்களும் சிப்பந்திகளும் கேட்டால் "இது ஏழ்மையான நாடு. இங்கு ஆடம்பர வாழ்க்கைக்கு இடமில்லை. எளிய வாழ்க்கையும் சீரிய சிந்தனையுமே இங்கு வேண்டும்" என்று காந்தியடிகளின் உபதேசத்தை அப்படியே பின்பற்றுவதாகப் பேசும் தலைவர்கள் பதில் சொல்லிவிட்டார்கள்.

"எங்களுக்குப் பதில் சொல்" என்று தொழிலாளி கூட்டம் போட்டுக் கேட்கிறான். இதையும் "கம்யூனிஸ்டு சதி" என்கிறது காங்கிரஸ் சர்க்கார். இந்த மோசமான நிலைமையை அறிந்த மகாத்மா காந்தி உள்ளம் குமுறினார். வழியில்லா வழி செல்லும் காங்கிரஸ் தேரை நேர்மையான வழிக்குக் கொண்டுவர முயன்றபோது காங்கிரஸின் அடிப்படையையே சிதைக்கச் சதி செய்த கூட்டத்தாரின் குண்டுக்கு இரையானார்.

இதன் பிறகு – இந்திய மக்களும், சிறப்பாக காங்கிரஸ் காரர்களும், என்றென்றும் தலைகுனிந்து நடக்க வேண்டிய இந்த வெட்ககரமான நிகழ்ச்சிக்குப் பிறகு – காங்கிரஸ் ஸ்தா பனத்தை அதன் ஆதிகால நிலைமைக்குக் கொண்டுபோக முடியாது; என்ற உறுதியான நம்பிக்கை எனக்கு ஏற்பட்டு விட்டது. காங்கிரஸ்காரர்கள் காங்கிரஸின் பழம் பெரும் புகழுக்குப் பங்கம் நேரும் வழியில் அதன் செல்வாக்கையும்

சக்தியையும் உபயோகப்படுத்துவதை என்னால் பார்த்துக் கொண்டு சும்மா இருக்க முடியவில்லை. காந்திஜி புகழுடன் மறைந்துவிட்டது போலவே; காங்கிரஸ் ஸ்தாபனமும், அத னுடைய பழம் பெருமைக்குப் பழியேற்படாமல் மறைந்து விடுவதே நலம் என்று எண்ணுகிறேன். இந்த நோக்கத்துடனே தான் "காங்கிரஸைக் கலைத்துவிடுக" என்ற துண்டுப் பிரசுரத்தை சென்ற, மே (1948) மாதம் 17ந் தேதி வெளியிட்டேன்.

அதன் சுருக்கம் வருமாறு:

"காங்கிரஸின் பழைய பண்பாடு "சுயநலமின்மை." இன்று காங்கிரஸ் எம்.எல்.ஏ.க்கள் பழைய பண்பாட்டை அனுசரித்து நடப்பதாகச் சொல்ல முடியுமா? அன்று "தொண்டர் இனம்" என்றவர்கள் இன்று "ஆள்வோர் இனம்" என்கிறார்கள். கொள்கையை கைநழுவ விட்டுத் தனி நபர்களைத் தொழ ஆரம்பித்துவிட்டார்கள். "கொள்கைக்கே மதிப்பு" என்று முன்சொன்னதை மறந்துவிட்டார்கள்.

"25 ஆண்டுகளுக்கு முன்பு, காங்கிரஸ் பிரமுகர்கள் தேசவிடுதலைக்காக மகாத்மா காந்தியடிகளின் தலைமையின் கீழ்ப் போராடத் தீர்மானித்தனர். அந்தப் போராட்டத்தின் கொள்கை, திட்டம் முதலியன அஹிம்சா முறையிலும், வெளிப்படையாகவும் நடத்தக் கூடியனவாக இருக்க வேண்டும் என்று முடிவு செய்தனர். மேற்கண்ட முறையில் நடத்தவிருந்த போராட்டத்தில் கலந்துகொள்ளும்படி அவர்கள் நாட்டு மக்களை அழைத்தனர். லெட்சக்கணக்கான மக்கள் காங்கிரஸ் தலைவர்கள் இட்ட கட்டளையைத் தலைமேற்கொண்டு, பல துன்பங்களுக்கு ஆளாயினர் என்பது உலகறிந்த செய்தி.

"அவர்கள் பட்ட கஷ்ட மெல்லாம், ஒரு வெள்ளைக்காரன் இருந்த பதவியில் ஒரு இந்தியனை அமர்த்தும் நோக்கத்தோடு மாத்திரம் அல்ல. ஆங்கில அரசாட்சியை ஒழித்துக் கட்டிய பிறகு, மக்களின் நன்மையையே குறிக்கோளாகக் கொண்டவர் களே அதிகாரத்திற்கு வரவேண்டும் என்பதே அவர்கள் நோக்கம்.

"காங்கிரஸ்காரர்களிடம் மக்களுக்கிருந்த நம்பிக்கை சென்ற ஓராண்டுக்குள் வெகுதூரம் குறைந்துவிட்டது. அவர்கள் காங்கிரஸ் தலைவர்களின் போக்கைப் பற்றிச் சிந்திக்கத் தொடங்கி விட்டார்கள். ஆள்மாற்றத்திற்காகவா இவ்வளவு தியாகங் களைச் செய்தோம் என்று ஓலமிடத் தொடங்கிவிட்டார்கள். காங்கிரஸ் தலைவர்களும், காங்கிரஸின் அடிப்படைக் கொள்கையைக் கைகழுவிவிட்டு, காங்கிரஸின் பழைய எதிரி களுடன் கைகுலுக்கத் தொடங்கிவிட்டனர். மக்கள் "அன்னமோ ராமச்சந்திரா" என்று கும்பல் கூடி அழுகின்றனர். இதைக்

கேட்கும் காங்கிரஸ் மந்திரிகள், உண்மையை உணர்ந்து பரிகாரம் தேடுவதற்குப் பதிலாக "கம்யூனிஸ்ட் சூழ்ச்சி" என்று கூறித் தங்கள் பொறுப்பைத் தட்டிக் கழித்து வருகின்றனர். இவ்வாறு சாக்குப் போக்குக் கூறி, மக்களை ஏமாற்றி அதிகார பீடத்தில் நிலையாக அமர்ந்திருக்க அவர்கள் எண்ணினால் அது கை கூடாத எண்ணமேயாகும்.

"அதிகாரக் கூட்டத்தின் ஆதரவையும், பண மூட்டைகளின் ஆசியையும் பெற, காங்கிரஸ் மந்திரிகள் ஆசைப்படுவது, மக்களால் பொறுத்துக்கொள்ள முடியாத அநியாயம். மக்களை அலட்சியம் செய்துவிட்டு அதிகாரிகளின் ஆதரவைத் தேடும் காங்கிரஸ் மந்திரிகளின் செய்கை, உண்மைக் காங்கிரஸ்வாதி களின் மனதைப் புண்படுத்தாமல் வேறென்னதான் செய்யும்?

"இந்த நிலையில் பழைய காங்கிரஸ்காரனாகிய நான் "காங்கிரசைக் கலைத்துவிடுங்கள்" என்று பிரசாரம் செய்வதைத் தவிர வேறுவழியில்லை என்ற முடிவுக்கு வந்திருக்கின்றேன்.

"கதராடையணிந்து காங்கிரஸில் சேர்வதினால் பதவியும் செல்வாக்கும் கிடைக்கும் இக்காலத்தில், காங்கிரஸில் சேரு பவர்கள் அதன் ஆதிகால கொள்கைக்காக பாடுபடமாட்டார்கள். எனவே காங்கிரஸைக் கலைத்துவிடுவதே காலஞ்சென்ற மகாத்மா காந்திக்கும் தியாகிகளுக்கும் செய்யும் மரியாதை யாகும். அதை பதவிவேட்டைச் சங்கமாகச் செய்வது அநியாயம்."

ராஜாஜியிக்குக் கடிதம்

ராஜாஜி கவர்னர் ஜனரலாக நியமிக்கப்பட்டபின் அவருக்குப் பின்வரும் கடிதத்தை நான் எழுதினேன். அவர் அதற்குப் பதில் எழுதவில்லை. அவருக்கும் என்பேரில் கோபம் போலும். அவர், 15.1.48இல் எனக்கு எழுதிய கடிதத்தில் சொன்ன புத்திமதியை (12ஆம் பக்கம் பார்க்க) நான் கேட்கவில்லை என்பதே அவருடைய கோபத்திற்குக் காரணமாயிருக்கலாம். நான் அவருடைய புத்திமதியை ஏற்காததற்குள்ள காரணத்தைச் சொல்லி, 22.5.48இல் அவருக்கு ஒரு கடிதம் எழுதினேன். அதிலிருந்து சில பாகங்களை இங்கே தருகிறேன்.

"உங்களுக்குள்ள ஒப்புயர்வற்ற அதிகாரத்தையும் செல் வாக்கையும் உபயோகப்படுத்தி நமது அருமை நாட்டிற்கு ஏற்படவிருக்கும் விபரீத ஆபத்துக்களைத் தடுக்கும்படி காங்கிரஸ் தலைவர்களுக்கு நீங்கள் சொல்ல வேண்டும் ... "தாங்களை ஆதரிப்பவர்கள்தான் தேசபக்தர்கள் என்றும் எதிர்ப்பவர்கள் எல்லோருமே கலகக்கார தேசத் துரோகிகளென்றும் காங்கிரஸ் சர்க்கார் தீர்மானித்து நாட்டை ஆண்டால் நாட்டில் கக்ஷிச்

சண்டைகள் ஏற்பட்டு குழப்பமும் அராஜகமும் உண்டாகும். நீங்கள் உங்கள் உத்தியோகத்திலிருந்து விலகுவதற்கு முந்தி நாட்டிலுள்ள மதி மயக்கம் நீங்கி அரசியலில் நேர்மை எற்படும்படி செய்வீர்கள் என்று நம்புகிறேன்.

"சும்மா இருக்கும்படி எனக்கு நீங்கள் சொன்ன புத்தி மதியைக் கேட்டு அதன்படி நடக்காததற்கு என்னை மன்னிக்க வும். என் மனத்தில் எழும் எண்ணங்களை வெளியிடாமல் வாழும் வாழ்க்கை வீண் என்று நான் எண்ணுகிறேன்."

வேண்டுகோள்

பொது நலத்திற்காக உழைப்பவர்கள் "நாங்கள் சுயநல வாதிகளல்ல" என்று ஓயாமல் சொல்லிக்கொண்டிருக்க வேண்டாம். அவர்களின் உழைப்பால் நன்மை அடையும் பொது மக்களின் தீர்ப்புக்கு அதை விட்டு விடலாம். ஆனால் குடிவெறியைப் பலம் என்று எண்ணி, குதிப்பவர்களைப் போலவே சுயநலத்தைப் பொதுநலமென்று சொல்லித் தம்பட்டமடிப்பாரும் உண்டு. சமயோசிதமாகவும், இச்சகமாகவும், வீரமாகவும் பேசி அரசியலில் ஆதிக்கம் பெறுவோரின் வாழ்வு, கனவில் கண்டெடுத்த பொக்கிஷம் கண் விழித்தவுடன் மறைவதுபோல், ஒரு நாள் வீழ்வது நிச்சயம். இவற்றின் உண்மையை அறியாதவர்களில்லை. என்றாலும் இக்காலத்துக் காங்கிரஸ்காரர்கள் அவற்றை மறந்துவிட்டார்கள். தாங்கள் சுயநலவாதிகள் அல்லவென்றும், தியாகிகளென்றும், உண்மைப் பற்றுடையவர்கள் என்றும், வீரர்கள் என்றும் இரவு, பகல், ஓயாது பேசிவருகிறார்கள். இத்தியாதி நற்குணங்கள் அவர் களுக்கே உரிமையானது என்று எண்ணுவதும் அதைப் பிரசாரம் செய்வதும் அணுசிதம் என்பது என் எண்ணம். தங்கள் நற்குணங்களைப் பற்றித் தாங்களே தம்பட்டமடிப்பது அறிவை வளர்க்க உதவாது.

"உண்மையையும் நீதியையும் நல்ல கொள்கைகளையும் விற்று தங்களை விளம்பரப்படுத்திக் கொண்டு தலைவர்களாக ஆகவேண்டும்" என்று இளைஞர்கள் ஆசைப்படக் கூடாது. அறிவையும் அரசியல் நேர்மையையும் அபிவிருத்தி செய்யும் முறையில் அவர்கள் முயற்சி செய்ய வேண்டும் என்பதே எனது வேண்டுகோள்.

இந்து நாளேட்டில் வெளியான தலையங்கம்

Two out of the twenty-two persons accused of various offences in connection with what is known as the Kulasekarapatnam Rioting Case and tried under the procedure laid down in the Special Courts Ordinance, are under sentence of death. The Federal Court recently rejected by a majority their appeal against the sentence. We publish in another column the judgment as well as Mr. Justice Varadachari's minute. The facts of the case go back to the period of the unfortunate disturbances of August 1942. The first two accused, Rajagopalan and Kasirajan, were charged with having been part of a mob of about sixty to seventy persons which made a nocturnal raid on a salt factory, inflicted injuries on the staff and guards on duty and set fire to a shed. When the Assistant Inspector in charge of the factory turned up on the scene and was chasing and bayoneting some of the rioters who were still in the compound, he was stabbed and fatally wounded by some of the crowd. The first two accused were among those charged with the murder of Mr. Loane and they were awarded the extreme penalty. We understand that they have submitted to the Viceroy, through the local Government, a petition for the exercise by the former of the prerogative of clemency. We would most earnestly plead for the commutation of the sentence to one of transportation for life, having regard to certain special circumstances of the case not necessarily connected with the merits of the conviction. The condemned persons are of young and immature age. They were petty shop-keepers plying a trade in Madras. It was during the mass evacuation early in

1942 that they left the city for their native village of Kulasekarapatnam, where they were subsequently caught up in the maelstrom of the August disturbances. Even in the particular incident with which they were connected they do not appear to have contemplated taking life, though there was no doubt that the common intention of the crowd in which they were was the destruction of property. This aspect of the matter is pointedly discussed by Sir S. Varadachariar. Rejecting the High Court's assumption that those who chased Mr. Loane did so "to wreak vengeance", and that "their main object was to rescue their comrades" by the only method, namely by killing Mr. Loane, Sir S. Varadachariar observes, "I am not satisfied that this does not go too far. The scattering mob very probably acted only on an impulse and it seems too much to impute to them sufficient knowledge or common intention that they could or should be rescued by killing the Assistant Inspector." As regards the question of sentence, which was practically the only point raised by counsel in the Federal Court appeal, Sir S. Varadachariar has expressed doubts about the appropriateness of the death sentence and concludes, "As my Lord and my learned brother think that the death sentence was justified, I leave the matter there, with this expression of my doubt." As we stated earlier, we do not wish to raise the issue on the merits of the conviction. But Sir S. Varadachariar's observations point to the existence of just that element of doubt which should persuade authority to temper justice with mercy. Apart from this there is one circumstance which, in Britain at any rate, is regarded as sufficient ground for the commutation of death sentences, namely, the lapse of a long period between the award of the sentence and the final disposal of the case. In connection with another case their Lordships of the Federal Court have observed: "It has been suggested that in England, when cases in which a death sentence has been imposed are allowed to be taken to the House of Lords on account of some important legal point, the consequential delay in finally disposing of the case is treated as a ground for the commutation of the death sentence and that if such a practice is recognised in cases which go with the Attorney General's authority to the House of Lords because they involve some point of law of exceptional public importance, a similar course might well be taken in this country in these cases in connection with which substantial questions of law as to the interpretation of the Constitution Act have twice had to be considered by this Court in view of the granting by High Courts of certificates under Section 205 of the Constitution Act. We consider, however, that these matters are primarily for the consideration of the Executive." Now, these two youths were convicted and sentenced on 6th February, 1943. In the fifteen months that have elapsed they must have suffered a mental torture of suspense which is worse even than death. We think that is a fit case for the exercise of clemency.

ஆ. சிவசுப்பிரமணியன்

➤   ◄

ஆ. சிவசுப்பிரமணியன்